2021년
태국어면접
전교시 기출질문
수록

현직 영·태

관광통역안내사와

태국 원어민이 만든

태국어
관광통역안내사

면접대비 핵심지문 **178**

오지연 · PATTAMON PRACHSILP 지음

창조와 지식

관광통역안내사를 꿈꾸는 여러분 반갑습니다.

저는 영어 관광통역안내사, 국내여행안내사, 국외여행인솔자, 태국어 관광통역안내사 자격 현직 가이드 Lynn 입니다.
지난 몇 해 동안 관광업계는 큰 시련을 겪었고 저 역시 긴 휴식기를 가졌지만 태국어에 도전하는 기회이기도 했습니다. 관광안내사 시험을 세 번 치르면서 쌓인 경험과 자료를 여러분과 공유하고, 태국어 관광통역안내사 면접시험을 준비하는 데 도움을 드리고 싶어 교재로 정리했습니다.

FLEX와 4과목 필기시험을 마치고 11월 면접까지 남은 시간은 두 달 반 남짓입니다. 면접시험은 구체적인 범위가 정해져 있지 않기 때문에 이전에 기출 되었던 문제들로 유추할 수밖에 없습니다. 전문 학원에서는 면접을 위해 보통 200~250개 정도의 스크립트를 준비하지만 그 많은 대답을 준비하고 외우기엔 80여 일은 너무 짧습니다. 특히 특수언어는 타 언어권 교재를 참고하여 스스로 번역해야 합니다. 그래서 해당 연도의 면접을 포기하는 분들이 많습니다.
이 교재는 외우기 쉽고 스스로 작문이 가능하도록 최대한 짧고 반복되는 문장으로 만들었습니다. 보통 4~5 문장을 기본으로 하며 나만의 스크립트를 완성할 수 있도록 추가하면 좋을 문장을 하단에 적어 놓았습니다. 다른 사람과 답이 너무 똑같지 않고 시간이 최소 1분을 넘겨야 하기 때문입니다.
아울러 면접은 정답이 없는 시험이기 때문에 잘 준비된 하나의 스크립트로 여러 질문에 응용할 수 있습니다. 다양한 질문에 활용할 수 있도록 본 교재 하단에 응용하기 좋은 관련 주제들도 함께 적어 두었습니다.

최근 면접 질문은 유네스코 문화유산이나 관광지에 대한 설명보다 관광에 관련된 문제의 해결방안, 의견, 관광용어, 상황대처 등이 많이 나오는 추세입니다. 하지만 경복궁이나 제주도 같은 기본적인 내용을 물어봤을 때 1분 이상 대답을 하지 못하면 평가에 큰 영향을 줄 수 있습니다. 훗날 인바운드 가이드가 된다면 꼭 알아야 할 내용이니 놓치지 말고 연습해 두시기 바랍니다.

한국의 역사와 관광지를 외국인에게 소개하고, 여행을 안전하고 즐겁게 이끌 진정한 민간 외교관을 꿈꾸는 예비 관광통역안내사 여러분께 본 교재가 조금이나마 도움이 되었으면 합니다.

영어 관광통역안내사 시험에 많은 도움을 주신 세종관광통역가이드학원의 호기헌 선생님과 윤석영 부원장님, 그리고 태국어 FLEX 시험에 큰 도움을 주신 피무쌤, 김도건, 태국세평 선생님, 무엇보다 한 해 동안 태국어를 가르쳐 주시고 이 책을 공동 집필한 APRIL 박사월 선생님께 큰 감사의 마음을 전하고 싶습니다.
마지막으로 함께 울고 웃으며 공부했던 가이드 동기님들 사랑합니다.

Lynn 오지연

카카오 오픈채팅 : namecard.kakao.com/guidelynn

สวัสดีค่ะทุกคน ยินดีที่ได้รู้จักนะคะ

여러분, 안녕하세요. 반갑습니다.

제 이름은 팟타몬 쁘라드씬이고 별명은 April, 그리고 박사월입니다. 한국 학생들은 저를 '사월쌤'이라고 부른답니다.

저는 태국에서 태어나 방콕 쭐라롱꼰 대학교 인문대학에서 프랑스어를 전공하였고, 한국어를 부전공으로 졸업하였습니다. 한국에서는 이화여자대학교 언어교육원에서 한국어 과정을 수료 후 한국어능력시험 6급 자격 및 한국 기업에서 근무한 경험을 가지고 있습니다. 현재는 한-태 언어학습 및 문화교류 콘텐츠로 이루어진 유튜브 채널, 네이버 카페, 개인 홈페이지 그리고 SNS 오픈채팅과 같은 다양한 채널을 운영하고 있습니다.

Lynn 과 저는 취업 준비를 위해 한국에 거주할 때 처음 만났습니다. Lynn 은 태국어 관광통역안내사가 되는 것을 목표로 저와 함께 태국어를 공부했으며 관광통역안내사 시험을 한 번에 합격하게 되어 뿌듯합니다. 저 역시 한국문화와 역사에 대해 더 많이 알게 된 소중한 시간이었습니다.

현재 태국어 관광통역안내사가 되려면 태국어 FLEX 시험 및 4 과목 필기시험과 태국어 면접시험을 합격해야 합니다. 오랫동안 태국어를 가르치면서 제가 깨달은 건 이해하기 쉽고, 실전에 빠르게 적용이 가능한 교재의 중요성입니다.

시중에 훌륭한 태국어 초·중급 학습 교재와 FLEX 교재는 많이 있지만 태국어 관광통역안내사 면접을 준비하는데 적합한 교재를 찾기 힘들었기에 태국어 관통사 시험을 준비하시는 분이나 고급 태국어를 공부하고 계시는 분을 위해 저와 Lynn 이 태국어 관광통역안내사 면접대비 교재를 함께 만들게 되었습니다. 관광통역안내사에 도전하는 한국인 수험생뿐 아니라 현재 한국에 거주하며 시험을 준비하는 태국인에게도 이 교재가 도움이 되었으면 합니다.

저 역시 다수의 언어시험을 치렀고 한 번의 시험을 위해 얼마나 오랫동안 준비해야 만족스러운 결과를 얻을 수 있는지 잘 알고 있습니다. 특히, 다른 나라의 언어를 공부한다는 것은 긴 시간 투자와 꾸준한 노력이 필요합니다.

하지만 저는 "고생 끝에 낙이 온다"라는 말을 믿습니다. 노력 없이 얻을 수 있는 것은 없다고 생각합니다. 그래서 지금, 바로 이 순간 태국어 관광통역안내사를 꿈꾸는 수험생 여러분을 응원합니다. 함께 해 봐요.

April 박사월

유튜브 채널 : 사월쌤과 함께하는 태국어 Sawol April Park
네이버 카페 : 원어민 태국어 https://cafe.naver.com/withconthai
홈페이지 : https://sawolssaem.vercel.app/
카카오 오픈채팅 : 원어민과 함께하는 태국어 공부방 https://open.kakao.com/o/gXvidzGb

❖ 차 례

❖ 시작하기 전에

✓ 본 교재는 태국어 관광통역안내사 면접 대비용 교재로, 최대한 많은 주제를 요약하여 정리했습니다. 초·중급자용 단어와 반복되는 문장으로 만들었으므로 태국어가 능숙하신 분은 나만의 문장을 추가하거나, 고급 단어로 바꾸는 것을 권장합니다.

▶▶ 추가하면 좋을 문장 : 스스로 번역하여 추가 스크립트를 완성하세요.

▷▷ 응용 : 해당 주제와 관련 있거나 단어 바꿈으로 응용 가능한 주제입니다.

✓ 보통 영어, 중국어권은 평균 5문제를 물어보고 태국어 및 특수언어권은 3문제 (한국어1, 해당언어2)를 물어봅니다. 대답은 한 문제당 1분 30초 내외가 적당합니다.

✓ 태국어는 '나'를 지칭하는 인칭대명사와 문장 끝 존칭어조사에 남녀 구분이 있으므로 문장마다 수험자가 남성인 경우 ผม / ครับ 여성인 경우 ดิฉัน / ค่ะ 로 대답하시기 바랍니다.

✓Part.1의 경우 한국어 본문의 주어는 '나' 이며, 태국어 본문의 주어는 '우리(가이드)' 입장입니다. 이는 태국어로 가이드의 의무를 강조하기 위함으로 면접문화의 차이입니다.

✓ 책 내용관련 문의 및 잘못된 표현, 오타 등 지적할 부분은 언제든지 이메일로 보내주세요.

✓ 태국 원어민 음성파일은 추후 업데이트될 예정입니다. 이메일로 문의주세요.

이메일 문의 : oh5madam@gmail.com

◆ 관광통역안내사 시험접수 및 일정확인

큐넷 http://www.q-net.or.kr/

한국관광통역안내사협회 https://www.kotga.or.kr/

◆ 관광통역안내사 2차 면접 채점기준

1) 국가관, 사명감 등 정신자세

2) 전문지식과 응용능력

3) 예의, 품행 및 성실성

4) 의사발표의 정확성과 논리성

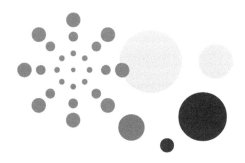

Part.1

상 황 대 처

상황대처 문제는 관광 도중 일어날 수 있는 사건사
고를 가이드로서 어떻게 해결할 것인지 묻는 문제입
니다. 상식적인 내용이라 어렵지는 않지만 순서를
잘 기억하고 조리 있게 설명해야 합니다.
'먼저 관광객의 몸 상태를 살핀다', '여행사에 보고
한다' 등의 문장은 자주 나오므로 미리 외워 두면 좋
습니다. 출제 비중이 아주 높은 편입니다.

보통 〈상황파악→(신고)→해결→보고→사전방지〉
순으로 연결하면 기억하기 쉽습니다.

1. 한국에 입국한 관광객과 공항에서 만나면 어떤 이야기를 할 것인가

공항에서 처음 만난 관광객에게 먼저 한국어와 태국어로 인사하겠습니다.

간단한 자기소개(가이드)를 하고 관광객 인원을 확인하겠습니다.

관광객이 겨울에 방문했다면 두꺼운 외투를 입도록 안내하고 버스로 이동하겠습니다.

버스에 탑승한 후 안전을 위해 안전벨트를 매도록 안내하겠습니다. 한국에 대해 간단히 소개하고 당일 방문할 관광지에 대해 설명하겠습니다.

เมื่อพบลูกทัวร์เป็นครั้งแรกที่สนามบิน เราควรจะพูดคุยอะไรกับลูกทัวร์บ้าง

เมื่อพบลูกทัวร์เป็นครั้งแรกที่สนามบิน

เราควรทักทายลูกทัวร์เป็นภาษาเกาหลีและภาษาไทยก่อน แล้วค่อยแนะนำตัวเอง

และตรวจสอบจำนวนลูกทัวร์ว่าครบหรือเปล่า

ซึ่งถ้าหากลูกทัวร์มาเกาหลีในช่วงฤดูหนาว

เราควรบอกให้ลูกทัวร์สวมเสื้อผ้าหนาๆก่อนไปขึ้นรถบัส

พอขึ้นรถบัสแล้ว เราควรบอกให้ลูกทัวร์คาดเข็มขัดนิรภัยเพื่อความปลอดภัย

จากนั้นแนะนำประเทศเกาหลีคร่าวๆก่อน

แล้วค่อยอธิบายถึงสถานที่ท่องเที่ยวที่จะไปเยี่ยมชมในวันนั้น

▶▶ 추가하면 좋을 문장

투어 중 생길 수 있는 사고를 방지하기 위해 비상연락처를 알려주겠습니다.

안전수칙과 방역수칙을 안내하겠습니다.

▷▷ 응용

관광객과 버스에 탑승한 후 어떤 이야기를 할 것인가?

| ทักทาย 인사하다 | ตรวจสอบ 확인하다 | อธิบาย 설명하다 |
| คาดเข็มขัดนิรภัย 안전벨트를 매다 | | คร่าวๆ 대략적으로 |

---

2. 관광객이 공항 출구로 나오지 않으면?

입국한 관광객이 공항 출구로 나오지 않는다면 먼저 안내데스크에 관광객을 찾는 방송을 요청하겠습니다. 그리고 공항 내 C.I.Q에 관광객이 붙잡혀 조사 중인지 확인하겠습니다. 그 후 여행사에 보고하고 지시에 따르겠습니다.

가능하다면 관광객이나 투어리더(Tour Conductor)의 연락처를 미리 받아 두겠습니다.

จะทำอย่างไรหากลูกทัวร์ไม่ออกมาจากสนามบิน

หากลูกทัวร์ไม่ออกมาจากสนามบิน

ก่อนอื่น เราจะต้องไปติดต่อที่ประชาสัมพันธ์เพื่อขอให้ประกาศตามหาลูกทัวร์ให้ก่อน

จากนั้น เราจะต้องไปตรวจสอบว่า ลูกทัวร์ของเราติดอยู่ที่ C.I.Q

ในสนามบินหรือเปล่า

แล้วค่อยรายงานไปที่บริษัทนำเที่ยว และปฏิบัติตามคำแนะนำของเจ้าหน้าที่ต่อไป

ถ้าเป็นไปได้ เราควรจะขอเบอร์ติดต่อลูกทัวร์หรือหัวหน้าทัวร์(TC)เอาไว้ล่วงหน้า

▶▶ 추가하면 좋을 문장
공항에 가기 전 비행기 도착 시각을 항상 재확인하겠습니다.

▷▷ 응용
관광객이 관광 도중에 사라지면?
관광객을 잃어버리면?

ลูกทัวร์ 관광객	ก่อนอื่น 먼저	ประชาสัมพันธ์ 안내소
C.I.Q 세관(Customs), 출입국관리(Immigration), 검역(Quarantine)		เบอร์ติดต่อ 연락처

3. 공항에서 관광객이 수하물을 잃어버리면?

먼저 관광객을 안심시키겠습니다. 관광객에게 여행 가방의 색과 Tag번호를 물어보고 항공사에 알리겠습니다. 관광하는 동안 여행 가방이 공항에서 호텔까지 안전하게 도착하도록 항공사와 수시로 연락하겠습니다.

만약 가방이 도착하지 않았다면 필요한 물건을 살 수 있도록 도와주겠습니다.

จะทำอย่างไรถ้าลูกทัวร์ทำกระเป๋าเดินทาง(สัมภาระ)หายที่สนามบิน

ก่อนอื่น เราต้องปลอบให้ลูกทัวร์ใจเย็นก่อน

แล้วลองถามลูกทัวร์ว่ากระเป๋าเดินทางสีอะไร แท็กกระเป๋าเบอร์อะไร

แล้วค่อยรายงานไปที่สายการบิน

จากนั้น เราจะต้องคอยติดต่อไปที่สายการบินเป็นระยะๆ

เพื่อเช็คให้แน่ใจว่ากระเป๋าของลูกทัวร์มาถึงโรงแรมเรียบร้อยหรือยัง

หากกระเป๋าของลูกทัวร์ยังมาไม่ถึง เราก็ควรช่วยลูกทัวร์ซื้อสินค้าที่จำเป็นให้ใช้ไปก่อน

▶▶ 추가하면 좋을 문장
여행사에 보고하고 관광객이 불편함이 없도록 도와주겠습니다.

▷▷ 응용
관광객이 중요한 물건을 잃어버리면?

ปลอบ 달래다	สายการบิน 항공사	เป็นระยะๆ 수시로 (บ่อย ๆ)
เรียบร้อย 말끔하다. 확실하다		จำเป็น 필요하다

4. 항공편이 지연, 연착 또는 취소 시 어떻게 대처할 것인가

항공편이 지연, 연착 또는 취소됐다면 먼저 관광객에게 양해를 구하고 상황을 이해할 수 있도록 설명하겠습니다.

다음 항공편의 출도착 날짜와 시간을 재확인하고 여행사에 보고한 후 지시에 따르겠습니다.

필요하다면 관광객을 위해 호텔과 버스를 새로 예약하겠습니다.

항공편 출도착 시간은 수시로 바뀔 수 있으므로 자주 확인하겠습니다.

จะทำอย่างไรถ้าเที่ยวบินล่าช้าหรือถูกยกเลิก

ถ้าเที่ยวบินล่าช้าหรือถูกยกเลิก ก่อนอื่น เราควรอธิบายสถานการณ์ให้ลูกทัวร์ทราบ
และขอให้ลูกทัวร์เข้าใจสถานการณ์ดังกล่าว
จากนั้น เราจะต้องตรวจสอบวันที่และเวลาที่เครื่องบินจะลงจอดหรือ
ออกเดินทางอีกครั้ง
แล้วจึงรายงานไปที่บริษัทนำเที่ยวและปฏิบัติตามคำแนะนำของเจ้าหน้าที่ต่อไป
ถ้าจำเป็น เราอาจจะต้องจองโรงแรมหรือรถบัสใหม่
ทั้งนี้ เนื่องจากเวลาขาเข้า-ขาออกของเที่ยวบินอาจจะมีการเปลี่ยนแปลงเป็นระยะๆ
เราจึงควรเช็คอยู่เสมอ

▶▶ 추가하면 좋을 문장
다음 항공편의 출발 시간까지 관광객이 공항 내 카페나 휴식 공간에서 기다릴 수 있도록 배려하겠습니다.

▷▷ 응용
기상 악화로 비행편이 모두 취소됐다면?

เที่ยวบิน 항공편	ถูกยกเลิก 취소되다	ลงจอด 착륙하다
รายงานไปที่บริษัทนำเที่ยว 여행사에 보고하다		เสมอ 항상

5. 관광객이 여권을 잃어버리면?

우선 관광객이 어디에서 여권을 잃어버렸는지 물어보고 함께 찾아보겠습니다. 만약 여권을 찾지 못하면 여행사에 먼저 보고하겠습니다. 그리고 출입국관리사무소에서 입국확인서를 받고, 경찰서에 여권 분실신고를 하고, 마지막으로 대사관 또는 영사관에 관련 서류를 제출하고 임시여권을 발급받습니다. 만약 귀국 날짜가 변경되면 항공권과 숙소를 새로 예약하고 관광객이 안전하게 귀국할 수 있도록 돕겠습니다.

จะทำอย่างไรหากลูกทัวร์ทำหนังสือเดินทางหาย

ก่อนอื่น เราควรถามลูกทัวร์ว่าทำหนังสือเดินทางหายที่ไหน แล้วไปช่วยลูกทัวร์หา
ถ้าหาไม่เจอ เราควรรายงานไปที่บริษัทนำเที่ยว
จากนั้น เราต้องไปเอาเอกสารรับรองที่สำนักงานตรวจคนเข้าเมือง (ตม.) ก่อน
แล้วไปแจ้งความหนังสือเดินทางหายที่สถานีตำรวจ
จากนั้นนำใบแจ้งความไปยื่นเรื่องขอหนังสือเดินทางชั่วคราวที่สถานทูต หรือ
สถานกงสุล
หากวันกลับของลูกทัวร์มีการเปลี่ยนแปลง
เราจะต้องช่วยดูแลเรื่องจองตั๋วเครื่องบินและที่พักเพื่อช่วยให้ลูกทัวร์สามารถเดินทาง
กลับประเทศได้อย่างปลอดภัย

▶▶ 추가하면 좋을 문장
이런 일이 발생하지 않도록 관광객에게 중요한 물건은 잘 챙기도록 당부하겠습니다.

▷▷ 응용
관광객이 지갑, 핸드폰 등 중요한 물건을 잃어버리면?
택시에 가방을 두고 내리면?

เอกสารรับรอง 확인서	ยื่น 제출하다	สถานกงสุล 영사관
สำนักงานตรวจคนเข้าเมือง (ตม.) 출입국관리사무소	ปลอดภัย 안전하다	

6. 관광객이 단체일정을 거부하고 개인시간을 요구하면?

관광객이 단체일정을 거부하고 개인시간을 요구한다면 먼저 지금 우리가 방문하는 관광지가 얼마나 아름답고 중요한 곳인지 설명하겠습니다. 그리고 이 프로그램은 여행 비용에 포함되어 있다는 것도 알려주겠습니다.

그래도 관광객이 강하게 자유시간을 요구하면 가까운 쇼핑몰이나 카페를 추천하겠습니다. 미팅 시각과 장소를 알려주고 그들이 멀리 가지 않도록 당부하겠습니다. 만약 태국인 투어리더 TC (Tour Conductor) 가 있다면 그들과 함께 동행할 것을 부탁하겠습니다.

จะทำอย่างไรหากลูกทัวร์ไม่ไปตามตารางทัวร์แต่ขอเวลาส่วนตัว

ถ้าลูกทัวร์ไม่ไปตามตารางทัวร์ แต่ขอเวลาส่วนตัว เราควรจะอธิบายให้ลูกทัวร์ฟังว่า
สถานที่ท่องเที่ยวที่เราจะไปนั้นมีความสำคัญและสวยงามมากแค่ไหน
และแจ้งให้ลูกทัวร์ทราบว่า โปรแกรมทัวร์ดังกล่าวนั้น รวมอยู่ในค่าเดินทางแล้ว
อย่างไรก็ตาม หากลูกทัวร์ยังคงยืนกรานขอเวลาส่วนตัว
เราก็ควรแนะนำให้ลูกทัวร์ไปห้างสรรพสินค้าหรือร้านกาแฟที่อยู่ใกล้แถวๆนั้นแทน
โดยย้ำเวลาและสถานที่นัดหมายให้ชัดเจน และขอให้ลูกทัวร์ไม่ไปไกลจนเกินไป
ซึ่งถ้ามี TC คนไทยอยู่ในกรุ๊ปทัวร์ เราก็ควรขอให้เขาตามลูกทัวร์ไปด้วย

▶▶ 추가하면 좋을 문장
만약의 사고를 대비해 비상연락처를 가르쳐주고 관광객의 전화번호를 받아 두겠습니다.
필요하다면 여행사에 보고하고 지시에 따르겠습니다.

▷▷ 응용
투어 중 한 관광객이 몸이 좋지 않아 쉬기를 원한다면?
노약자나 아기가 있는 가족이 단체일정을 따르기 힘들다고 한다면?

ตารางทัวร์ 일정이 정해진 투어	เวลาส่วนตัว 개인시간	ยืนกราน 고집하다
ห้างสรรพสินค้า 백화점	ย้ำ 강조하여 말하다	ชัดเจน 분명하다

7. 관광객이 약속한 시각에 자꾸 늦게 온다면?

관광객이 약속한 시각에 자꾸 늦게 온다면, 관광객에게 자유시간을 주기 전에 약속 시각과 장소를 정확하게 여러 번 이야기하겠습니다. 그리고 시간이 늦어지면 우리가 방문할 수 있는 관광지가 줄어든다고 설명하겠습니다. 또한 그 관광객에게 다른 관광객의 시간을 존중해 달라고 부탁하겠습니다. 그럼에도 불구하고 계속 늦는다면 노래를 부르거나 춤을 추는 등 작은 벌칙을 준비하겠습니다.

จะทำอย่างไรหากลูกทัวร์มาสาย (มาช้า, มาไม่ตรงเวลา)

หากลูกทัวร์มาไม่ตรงเวลานัดบ่อยๆ

เราควรจะย้ำเวลาและสถานที่นัดหมายให้แน่ชัดหลายๆครั้ง ก่อนที่จะให้เวลาส่วนตัว

โดยอธิบายว่า ถ้าหากมาช้า เราจะไปสถานที่ท่องเที่ยวที่กำหนดไว้ได้น้อยลง

นอกจากนี้ เราควรขอร้องให้ลูกทัวร์เคารพเวลาของลูกทัวร์คนอื่นๆ

แต่อย่างไรก็ตาม ถ้าลูกทัวร์ยังมาช้าอีก เราควรจะเตรียมบทลงโทษเล็กๆน้อยๆเอาไว้

เช่น ให้ร้องเพลง ให้เต้น เป็นต้น

▶▶ 추가하면 좋을 문장
늦게 오는 관광객을 기다리는 동안, 다른 관광객이 지루하지 않도록 재밌는 이야기를 준비하거나 자기소개를 하는 시간을 갖도록 하겠습니다.
모두가 즐거운 여행이 되도록 협조를 부탁하겠습니다.

▷▷ 응용
한 손님이 자꾸 지각을 해서 다른 손님이 불평하면 가이드로서 어떻게 해결할 것인가?

เวลานัด 약속시간	น้อยลง 줄어들다	ขอร้อง 부탁하다
เคารพ 존중하다	บทลงโทษ 벌칙	เป็นต้น 기타 등등

8. 관광객이 한국음식이 입에 맞지 않는다고 한다면?

관광객이 한국음식이 입에 맞지 않는다고 한다면 관광객에게 어떤 종류의 고기와 야채를 좋아하는지 물어보겠습니다. 그리고 관광객이 먹을 수 있는 비슷한 재료로 만든 한국음식을 추천하겠습니다. 그리고 이것은 한국의 문화를 즐길 수 있는 좋은 기회라고 설득하겠습니다. 그래도 입에 맞지 않는다고 한다면 일정 중에 한두 번 정도 관광객 나라의 음식을 먹을 수 있도록 배려하겠습니다.

จะทำอย่างไรหากลูกทัวร์บอกว่าอาหารเกาหลีไม่ถูกปาก

หากลูกทัวร์บอกว่าอาหารเกาหลีไม่ถูกปาก
เราควรจะถามลูกทัวร์คนนั้นว่าชอบทานอะไร เช่น ชอบทานเนื้อสัตว์อะไร ผักอะไร
แล้วแนะนำอาหารเกาหลีที่คล้ายๆกันให้ลูกทัวร์คนนั้นได้ลองทาน
หรือไม่ก็อาจจะลองโน้มน้าวลูกทัวร์ว่า
นี่เป็นโอกาสดีที่จะสามารถเพลิดเพลินกับวัฒนธรรมเกาหลีได้
อย่างไรก็ตาม ถ้าลูกทัวร์ไม่ชอบอาหารเกาหลีจริงๆ
เราก็อาจจะจัดให้ลูกทัวร์คนนั้นได้ทานอาหารของประเทศตัวเองสักครั้งสองครั้ง
ในระหว่างทัวร์

▶▶ 추가하면 좋을 문장
관광객이 먹을 수 있는 음식을 식당에 따로 요청하겠습니다.
투어 시작 전 미리 특정 음식에 알레르기나 음식성향이 있는지 물어보겠습니다.

▷▷ 응용
관광객이 특정 음식에 알레르기가 있다고 한다면?
관광객이 채식주의자라면? 무슬림이라면?

ไม่ถูกปาก 입에 맞지 않다　　　คล้ายๆกัน 비슷하다　　　โน้มน้าว 설득하다
สักครั้งสองครั้ง 한두 번쯤　　　ในระหว่างทัวร์ 관광하는 동안

9. 관광객이 아프면 어떻게 대처할 것인가

먼저 관광객에게 얼마나 아픈지 물어보고 몸 상태를 확인하겠습니다.

만약 증상이 가볍다면 약국에 데려가 약을 구입하겠습니다. 반면에 증상이 심각하면 119에 도움을 요청하고 여행사에 보고하고 지시에 따르겠습니다.

투어 중 관광객의 건강 상태를 수시로 확인하겠습니다.

จะทำอย่างไรถ้าลูกทัวร์ป่วย (ไม่สบาย)

ก่อนอื่นเราควรจะถามลูกทัวร์ว่าป่วยหนักแค่ไหนและเช็คสภาพร่างกายลูกทัวร์คนนั้นเบื้องต้นก่อน

ถ้าอาการไม่รุนแรงมาก เราก็ควรพาลูกทัวร์ไปซื้อยาที่ร้านขายยา

แต่ถ้าหากอาการรุนแรง เราต้องโทรแจ้ง 119 เพื่อขอความช่วยเหลือ

แล้วค่อยรายงานไปที่บริษัทนำเที่ยวและปฏิบัติตามคำแนะนำของเจ้าหน้าที่ต่อไป

ทั้งนี้ ในระหว่างทัวร์เราควรเช็คสภาพร่างกายของลูกทัวร์เป็นระยะๆ

▶▶ 추가하면 좋을 문장

약국 또는 병원에서 통역을 돕겠습니다.

약 또는 음식 알레르기가 있는지 미리 물어보겠습니다.

투어 전 안전수칙과 방역수칙을 안내하겠습니다.

▷▷ 응용

관광객이 벌에 쏘이면? 뱀에 물리면?

관광객이 아파서 투어에 참여할 수 없다고 한다면?

코로나 증상이 의심되면?

สภาพร่างกาย 몸 상태　　อาการรุนแรง 심각한 증세, 중증　　ร้านขายยา 약국

โทรแจ้ง119 119에 신고하다　　ขอความช่วยเหลือ 도움을 요청하다

---

10. 관광객이 코로나 바이러스 감염으로 의심된다면?

먼저 여행사에 보고하고 투어를 중단하겠습니다.

가까운 병원 또는 진료소에서 함께 검사를 받을 수 있도록 관광객에게 협조를 부탁하겠습니다.

그리고 결과가 나올 때까지 호텔로 이동하여 대기하도록 하겠습니다.

관광객에게 투어 중에는 항상 마스크를 쓰고 방역 수칙을 잘 지킬 것을 당부하겠습니다.

จะทำอย่างไรถ้าหากเราสงสัยว่ามีลูกทัวร์ป่วยเป็นโควิด-19

ก่อนอื่น เราจะต้องรายงานไปที่บริษัทนำเที่ยวก่อน แล้วจึงทำการหยุดทัวร์ชั่วคราว

จากนั้น เราจะต้องขอความร่วมมือให้ลูกทัวร์ไปเข้ารับการตรวจเชื้อที่โรงพยาบาล

หรือคลินิกที่ใกล้ที่สุด และกลับไปรอที่โรงแรมจนกว่าผลตรวจจะออก

ทั้งนี้ เราควรขอความร่วมมือให้ลูกทัวร์ใส่หน้ากากตลอดเวลา

และปฏิบัติตามมาตรการป้องกันโรคอย่างเคร่งครัดในระหว่างทัวร์อยู่เสมอ

▶▶ 추가하면 좋을 문장

매일 아침 투어 시작 전에 열을 재고 관광객의 몸 상태를 수시로 확인하겠습니다.

코로나 바이러스 감염 증상이 있을 때 가이드에게 먼저 말해줄 것을 당부하겠습니다.

▷▷ 응용

관광객이 아프면?

독감 또는 전염병 감염이 의심될 때

| ชั่วคราว 임시, 잠시 | เข้ารับการตรวจ 검사를 받다 | มาตรการป้องกันโรค 방역수칙 |
| จนกว่าผลตรวจจะออก 결과가 나올 때까지 | | เคร่งครัด 엄격하다 |

11. 관광객이 가이드의 해설이 틀렸다고 지적하면?

먼저 관광객의 이야기를 들어보겠습니다.

제가 잘못된 정보를 말했다면 관광객에게 사과하고 바로 정정하겠습니다.

하지만 관광객이 사실을 잘못 알고 있다면 정중하게 정확한 정보를 알려주겠습니다.

가이드로서 올바른 설명을 하기 위해 역사와 관광지에 대해 꾸준히 공부하겠습니다.

จะทำอย่างไรถ้ามีลูกทัวร์แย้งว่าคำอธิบายของไกด์ไม่ถูกต้อง

ก่อนอื่น เราควรจะฟังเรื่องราวหรือคำอธิบายของลูกทัวร์ก่อน

ถ้าเราพูดผิดจริง เราควรขอโทษลูกทัวร์ และแก้ไขข้อมูลให้ถูกต้อง

แต่ถ้าหากสิ่งที่ลูกทัวร์พูดนั้นไม่ถูกต้อง

เราก็ควรให้ข้อมูลที่ถูกต้องแก่ลูกทัวร์อย่างสุภาพ

ในฐานะไกด์นำเที่ยว เราจะต้องศึกษาเกี่ยวกับประวัติศาสตร์

และสถานที่ท่องเที่ยวอย่างสม่ำเสมอ

เพื่อที่จะสามารถอธิบายให้ลูกทัวร์ฟังได้อย่างถูกต้อง

▶▶ 추가하면 좋을 문장

필요하다면 책이나 인터넷으로 검색하여 보여주겠습니다.

▷▷ 응용

관광객이 내가 모르는 질문을 하면?

관광객이 독도, 위안부, 남북관계와 같은 대답하기 어려운 외교적, 정치적인 질문을 한다면?

พูดผิด 잘못 말하다	แก้ไขข้อมูล 정보를 수정하다	ถูกต้อง 올바르다
ในฐานะไกด์นำเที่ยว 가이드로서		อย่างสม่ำเสมอ 꾸준히

12. 관광객끼리 싸움이 나면?

먼저 관광객들을 진정시키고 그들이 싸우게 된 이야기를 들어보겠습니다.

사소한 문제라면 해결할 수 있도록 도와주고, 심각한 문제라면 여행사에 보고하고 지시에 따르겠습니다.

모두가 다툼 없이 즐거운 여행이 될 수 있도록 협조를 부탁하겠습니다.

จะทำอย่างไรถ้าลูกทัวร์ทะเลาะกัน

ก่อนอื่นเราต้องบอกให้ลูกทัวร์สงบสติอารมณ์ก่อน

จากนั้น เราจะต้องฟังเรื่องราวของลูกทัวร์ว่าพวกเขาทะเลาะกันเรื่องอะไร

ถ้าเป็นเรื่องเล็กๆน้อยๆ เราก็ควรช่วยแก้ปัญหา

แต่ถ้าเป็นเรื่องใหญ่ เราก็ควรจะโทรไปรายงานบริษัทนำเที่ยว

และปฏิบัติตามคำแนะนำของเจ้าหน้าที่ต่อไป

ทั้งนี้ เราควรขอความร่วมมือกับลูกทัวร์ทุกคนไม่ให้ทะเลาะกัน

เพื่อให้สามารถเดินทางได้อย่างราบรื่นและสนุกสนาน

▶▶ 추가하면 좋을 문장
필요하다면 경찰을 부르겠습니다.

▷▷ 응용
관광객과 지역주민이 싸움이 나면 어떻게 할 것인가?

สงบสติอารมณ์ 진정하다　　ทะเลาะ 다투다　　ปฏิบัติตาม 수행하다

ขอความร่วมมือ 협조를 요청하다　　ราบรื่น 순조롭다

13. 관광객이 부당한 택시 요금을 강요당했다면?

관광객에게 택시를 언제, 어디서 탔는지 그리고 어떻게 결제했는지 물어보겠습니다.

1330에 전화하여 도움을 요청하고 택시회사에 항의하겠습니다.

관광객에게 택시를 이용하는 방법과 기본요금 등을 미리 알려주겠습니다.

무엇보다 택시에서 내릴 땐 반드시 영수증을 챙길 것을 당부하겠습니다.

จะทำอย่างไรหากลูกทัวร์โดนแท็กซี่โกงค่าโดยสาร

เราจะต้องถามลูกทัวร์ว่าขึ้นแท็กซี่เมื่อไหร่ ที่ไหน และจ่ายเงินอย่างไร

จากนั้นเราจะต้องโทรไปที่ 1330 เพื่อขอความช่วยเหลือ

แล้วค่อยร้องเรียนไปที่บริษัทแท็กซี่

ทั้งนี้ เราควรจะบอกข้อมูลพื้นฐานในการขึ้นแท็กซี่แก่ลูกทัวร์ เช่น วิธีเรียกแท็กซี่

อัตราค่าแท็กซี่ เป็นต้น

ที่สำคัญ เราจะต้องย้ำให้ลูกทัวร์ขอใบเสร็จค่าแท็กซี่ทุกครั้งก่อนลงจากรถแท็กซี่

▶▶ 추가하면 좋을 문장

인터내셔널 택시 이용을 추천하겠습니다.

▷▷ 응용

관광객이 택시 승차거부를 당했다면?

관광객이 쇼핑 중 시장에서 바가지 요금을 강요당했다면? 〈2021 면접기출〉

โดนโกง 사기당하다	**จ่ายเงิน** 지불하다	**แล้วค่อย** 그리고 나서
ใบเสร็จค่าแท็กซี่ 택시요금영수증	**อัตราค่าแท็กซี่** 택시요금 (단위당 요율)	

14. 투어 도중 관광객을 잃어버리면?

투어 도중 관광객을 잃어버리면 먼저 약속한 장소에서 기다리겠습니다.
그래도 오지 않으면 관광지 주변에서 찾아보고 안내데스크에 관광객을 찾는 방송을 요청하겠습니다.
그래도 찾지 못하면 여행사와 경찰서에 보고하고 지시에 따르겠습니다.
이런 일이 발생하지 않도록 투어 시작 전에 비상연락처를 알려주겠습니다.

หากมีลูกทัวร์หายไปเราควรทำอย่างไร

หากมีลูกทัวร์หายไป ก่อนอื่น เราควรจะไปรอสถานที่นัดหมายก่อน
ถ้าหากลูกทัวร์ยังไม่มา เราค่อยออกไปตามหาบริเวณรอบๆ
จากนั้นเราจะต้องไปติดต่อที่ประชาสัมพันธ์เพื่อขอให้ประกาศตามหาลูกทัวร์คนนั้นก่อน
แต่ถ้าหากยังหาลูกทัวร์คนนั้นไม่เจอ เราจะต้องแจ้งไปที่บริษัททัวร์กับตำรวจและปฏิบัติตามคำแนะนำต่อไป
อย่างไรก็ตาม เพื่อป้องกันไม่ให้เหตุการณ์นี้เกิดขึ้น เราควรแจ้งเบอร์ติดต่อฉุกเฉินให้ลูกทัวร์ทราบก่อนออกทัวร์เสมอ

▶▶ 추가하면 좋을 문장
관광객의 연락처를 미리 받아 두겠습니다.
약속 장소와 시각을 여러 번 얘기하겠습니다.

▷▷ 응용
투어 도중 관광객이 도망가면?

หายไป 사라지다
บริเวณรอบๆ 주변, 부근
ประกาศ 공고하다, 발표하다
เพื่อป้องกันไม่ให้เหตุการณ์นี้เกิดขึ้น 이런 일을 방지하기 위해
ฉุกเฉิน 긴급하다

15. 투어 도중 관광버스가 고장 났을 때 어떻게 대처할 것인가

먼저 버스를 수리하는 시간이 얼마나 걸리는지 확인하겠습니다.
시간이 오래 걸리지 않을 경우 관광객에게 양해를 구하고 수리가 끝날 때까지 기다리겠습니다.
차를 고치는 동안 관광객이 지루하지 않도록 재밌는 이야기나 간식 등을 준비하겠습니다.
시간이 오래 걸릴 경우 여행사에 보고하고 다른 버스로 바꿔 타도록 조치하겠습니다.

จะทำอย่างไรถ้ารถบัสนำเที่ยวเสีย

ก่อนอื่น เราต้องตรวจสอบว่า รถบัสใช้เวลาในการซ่อมนานแค่ไหน
ถ้าใช้เวลาไม่นาน เราก็ควรขอให้ลูกทัวร์เข้าใจสถานการณ์ฉุกเฉินดังกล่าว
และรอจนกว่ารถบัสจะซ่อมเสร็จ
ในขณะที่รอรสบัสซ่อม เราควรจะเตรียมขนมไว้ให้ลูกทัวร์ทานเล่น หรือ
เล่าเรื่องสนุกๆให้ลูกทัวร์ฟัง ลูกทัวร์จะได้ไม่เบื่อ
แต่ถ้าหากว่าใช้เวลานาน เราก็ควรรายงานไปที่บริษัทนำเที่ยว
และขอให้ช่วยเปลี่ยนเป็นรถบัสคันอื่นแทน

▶▶ 추가하면 좋을 문장
식당과 관광지에 전화하여 예약을 취소하거나 예약시간을 바꾸겠습니다.

▷▷ 응용
투어 도중 관광버스가 사고가 나면?

ซ่อม 수리하다 **นานแค่ไหน** 얼마나 오래 **เบื่อ** 지루하다
ใช้เวลานาน 시간이 오래 걸리다 **แทน** 대신에

16. 투어 도중 관광버스가 사고 났을 때 어떻게 대처할 것인가

관광 도중 큰 교통사고가 나면 먼저 119에 신고하겠습니다.

다친 관광객이 있는지 확인 후 안전한 장소로 관광객을 이동시키겠습니다.

곧바로 여행사에 긴급상황을 보고하고 지시에 따르겠습니다. 대사관, 여행사, 경찰서에 정확한 보고를 하기 위해 현장 사진을 찍어 두고, 상황을 기록해 두겠습니다.

จะทำอย่างไรถ้ารถบัสนำเที่ยวเกิดอุบัติเหตุ

หากรถบัสนำเที่ยวเกิดอุบัติเหตุรุนแรงระหว่างออกทัวร์

ก่อนอื่น เราจะต้องโทรไปรายงานที่ 119 ก่อน

จากนั้น เราจะต้องเช็คว่ามีลูกทัวร์บาดเจ็บหรือเปล่า

แล้วจึงพาลูกทัวร์ไปหลบในสถานที่ที่ปลอดภัย

แล้วค่อยรายงานสถานการณ์ฉุกเฉินนี้ไปที่บริษัทนำเที่ยว

พร้อมทั้งปฏิบัติตามคำแนะนำของเจ้าหน้าที่ต่อไป

อีกทั้ง เราจะต้องถ่ายรูปที่เกิดเหตุ และจดบันทึกข้อมูลสถานการณ์ดังกล่าวเอาไว้

เพื่อที่จะสามารถรายงานไปยังสถานทูต บริษัทนำเที่ยว

รวมถึงสถานีตำรวจได้อย่างถูกต้อง

▶▶ 추가하면 좋을 문장

크게 다친 관광객이 있다면 병원으로 이송하겠습니다.

▷▷ 응용

관광객이 길에서 교통사고를 당하면?

เกิดอุบัติเหตุ 사고가 발생하다	บาดเจ็บ 상처를 입다	ไปหลบ 대피하다
ที่เกิดเหตุ 현장	จดบันทึก 기록하다	รวมถึง 포함하다

17. 투어 도중 갑자기 비가 내리면 어떻게 대처할 것인가

먼저 관광객이 비를 맞지 않도록 실내로 이동하여 비가 그칠 때까지 기다리겠습니다.
필요하다면 관광객이 우산이나 우비를 바로 살 수 있도록 도와주겠습니다. 그리고 관광객에게 상황을
설명하고 양해를 구한 후 야외 투어는 취소하고 실내 투어를 먼저 하도록 하겠습니다. 투어 전에 항상
날씨를 미리 확인하겠습니다.

จะทำอย่างไรถ้าฝนตกกะทันหัน(อยู่ๆฝนก็ตก)ในระหว่างทัวร์

ก่อนอื่น เราควรจะพาลูกทัวร์ไปหลบฝนในที่ร่มก่อน แล้วรอจนกว่าฝนจะหยุดตก

ถ้าจำเป็นเราจะต้องช่วยลูกทัวร์ซื้อร่มและเสื้อกันฝนให้เรียบร้อย

จากนั้น เราต้องอธิบายสถานการณ์ให้ลูกทัวร์ทราบ

พร้อมทั้งขอให้ลูกทัวร์เข้าใจสถานการณ์ฉุกเฉินดังกล่าว

แล้วจึงยกเลิกทัวร์กลางแจ้ง และเปลี่ยนไปทัวร์ในที่ร่มแทน

ที่สำคัญ เราจะต้องตรวจสอบสภาพอากาศล่วงหน้าทุกครั้งก่อนออกทัวร์เสมอ

▶▶ 추가하면 좋을 문장
하루 전 일기예보를 확인하고 비가 온다면 관광객에게 미리 우산을 준비하도록 부탁하겠습니다.

▷▷ 응용
미세먼지 악화로 투어가 어려울 때
태풍이나 한파 또는 폭염으로 야외 투어를 취소해야 한다면

กะทันหัน 갑자기	เสื้อกันฝน 우비	ที่ร่ม 그늘
ตรวจสอบสภาพอากาศ 날씨를 확인하다		ที่สำคัญ 무엇보다, 중요한 건

18. 투어 도중 지진이 났을 때 어떻게 대처할 것인가

먼저 관광객에게 신속하게 지진상황을 알리겠습니다.

만약 실내에 있을 때 지진이 발생했다면 테이블 밑으로 몸을 피하고, 방문을 열어 두도록 지시하겠습니다. 반면 실외에 있을 때 지진이 발생했다면 관광객을 안전하고 넓은 곳으로 대피시키겠습니다.

지진이 멈추면 다친 관광객이 있는지 확인 후 119에 신고하고 여행사에 보고하겠습니다.

จะทำอย่างไรหากเกิดแผ่นดินไหวในระหว่างทัวร์

ก่อนอื่น เราต้องแจ้งให้ลูกทัวร์ทราบถึงสถานการณ์แผ่นดินไหวโดยด่วน

ถ้าตอนเกิดแผ่นดินไหวเราอยู่ในอาคาร

เราต้องบอกลูกทัวร์ให้ไปหลบใต้โต๊ะ และเปิดประตูทิ้งไว้

แต่ถ้าหากอยู่ข้างนอก เราจะต้องพาลูกทัวร์ไปหลบในที่โล่งแจ้งที่ปลอดภัย

หากแผ่นดินไหวหยุดแล้ว เราจะต้องเช็คว่ามีลูกทัวร์คนไหนบาดเจ็บหรือเปล่า

แล้วค่อยโทรไปแจ้ง119 และโทรไปรายงานบริษัทนำเที่ยวด้วย

▶▶ 추가하면 좋을 문장

다친 관광객은 병원으로 이송하겠습니다.

투어 전에 미리 안전수칙을 알려주겠습니다.

▷▷ 응용

투어 도중 화재, 태풍, 전쟁 등이 일어났을 때

แผ่นดินไหว 지진	ด่วน 긴급히, 신속히	ในอาคาร 실내
เปิดประตูทิ้งไว้ 문을 열어 두다		โล่งแจ้ง 넓은 야외

19. 호텔에 화재가 났을 때 어떻게 대처할 것인가

먼저 119에 신고하고 신속하게 화재상황을 관광객에게 알리겠습니다.

코와 입을 젖은 수건으로 막고 안전한 장소로 대피하겠습니다. 관광객의 몸 상태를 확인하고 크게 다친 관광객은 병원으로 이송하겠습니다. 곧바로 여행사에 상황을 보고하고 지시에 따르겠습니다.

관광객에게 미리 안전수칙과 대피소의 위치를 안내하겠습니다.

จะทำอย่างไรหากเกิดเหตุไฟไหม้ในโรงแรม

ก่อนอื่น เราจะต้องโทรไปแจ้งที่ 119 ก่อน

จากนั้น เราจะต้องรีบแจ้งให้ลูกทัวร์ทราบว่าเกิดเหตุไฟไหม้

พร้อมทั้งบอกให้ลูกทัวร์ใช้ผ้าเปียกปิดจมูกกับปากเอาไว้

แล้วค่อยพาอพยพไปยังที่ปลอดภัย

จากนั้นเราจะต้องเช็คว่ามีลูกทัวร์บาดเจ็บหรือเปล่า

ถ้ามีให้รีบพาลูกทัวร์คนนั้นไปโรงพยาบาลโดยด่วน

แล้วค่อยโทรไปรายงานบริษัทนำเที่ยวและปฏิบัติตามคำแนะนำของเจ้าหน้าที่ต่อไป

ทั้งนี้เราจะต้องแจ้งมาตรการรักษาความปลอดภัยและที่หลบภัยให้ลูกทัวร์ทราบไว้ล่วงหน้าด้วย

▶▶ 추가하면 좋을 문장

먼저 '불이야'라고 외치겠습니다. 안내 방송을 따라 비상구로 대피하겠습니다.

▷▷ 응용

공연장이나 극장에서 화재가 났다면?

투어 도중 천재지변이 발생하면?

ไฟไหม้ 불이 나다, 화재	ผ้าเปียก 젖은 수건	อพยพ 피해서 이동하다
มาตรการรักษาความปลอดภัย 안전수칙		ที่หลบภัย 대피소

20. 호텔에 예약한 방이 없을 때 어떻게 대처할 것인가

만약 도착한 호텔에 예약해 둔 방이 없다면 먼저 여행사에 상황을 보고하고 주변에 가까운 호텔을 신속하게 알아보겠습니다. 그리고 관광객에게 먼저 사과하고 상황에 대해 설명하겠습니다. 필요하다면 관광객이 불평하지 않도록 간식이나 룸 업그레이드를 제공하겠습니다.

이런 일이 발생하지 않도록 투어 시작 전에 항상 호텔과 식당 예약을 미리 확인하겠습니다.

จะทำอย่างไรถ้าห้องพักที่จองไว้เกิดปัญหาผิดพลาด

ถ้าห้องพักที่เราจองไว้เกิดปัญหาผิดพลาด

ก่อนอื่น เราจะต้องรายงานเรื่องนี้ไปที่บริษัทนำเที่ยวก่อน

จากนั้น เราจะต้องรีบค้นหาโรงแรมใกล้เคียง

พร้อมทั้งขอโทษลูกทัวร์ และอธิบายสถานการณ์ไม่คาดคิดดังกล่าวให้ลูกทัวร์ทราบ

ถ้าจำเป็นเราอาจจะจัดของว่างให้ลูกทัวร์ทานเพิ่มเติม หรืออัพเกรดห้องพักให้

ลูกทัวร์จะได้ไม่บ่นหรือตำหนิ

ทั้งนี้ เพื่อป้องกันไม่ให้เหตุการณ์แบบนี้เกิดขึ้น

เราจะต้องเช็คโรงแรมและร้านอาหารที่จองไว้ให้เรียบร้อยก่อนออกทัวร์อยู่เสมอ

▶▶ 추가하면 좋을 문장

특히 성수기에 방이 부족한 경우를 대비해 호텔을 미리 예약해 두겠습니다.

▷▷ 응용

예약한 호텔에 방이 모자랄 때

객실에 문제가 생겨 호텔을 옮겨야 할 때

예약한 식당에 문제가 생겼을 때

ผิดพลาด 잘못되다, 실수하다   ของว่าง 간식거리   บ่น 불평하다

อัพเกรดห้องพัก 룸 업그레이드를 하다   ตำหนิ 나무라다, 비난하다

▶▶ 추가하면 좋을 문장 을 작문해보세요.

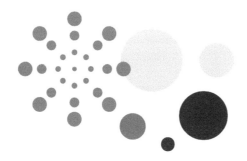

Part.2

전통문화와 역사

전통문화와 역사 파트는 내용이 어렵지 않지만 분량이 많아 미리 공부해 두면 좋습니다. 유네스코 세계유산 관련 질문에도 응용할 수 있고 훗날 가이딩을 할 때 자주 쓰는 내용들입니다. 특히 불교와 유교는 우리나라 역사문화의 뿌리이므로 삼국시대부터 조선시대까지 전통, 역사, 문화에 관련된 질문에 대부분 응용할 수 있습니다.

번역이 힘든 고유명사는 한국어 그대로 사용했습니다.

1. 경복궁

한국에는 5개의 궁이 있다. 경복궁, 창덕궁, 창경궁, 덕수궁, 경희궁이며 이 궁궐들은 모두 조선시대 (1392~1910)에 창건되었다.

경복궁은 1395년 조선의 첫 번째 임금 태조 이성계가 창건했으며 다섯 궁궐 중 첫 번째로 지어졌고 규모가 가장 크다. 경복궁의 뜻은 '하늘에서 큰 복을 내린 궁궐'이며, 풍수지리(배산임수)에 따라 북악산 앞, 청계천 뒤에 만들어졌다.

경복궁 내 주요 건물은 근정전, 왕의 침전 강녕전, 왕비의 침전 교태전, 자경전, 경회루 등이 있다.

경복궁은 1592년 임진왜란 때 훼손되어 약 270년간 폐허로 남았으나 1867년 고종의 아버지인 흥선 대원군이 재건했다.

지금은 많은 외국인 관광객이 한복을 입고 사진 촬영을 위해 방문하는 서울의 대표적인 명소이다.

ที่เกาหลีมีพระราชวัง 5 แห่ง ได้แก่ พระราชวัง 경복궁 창덕궁 창경궁 덕수궁 และ พระราชวัง 경희궁

พระราชวังเหล่านี้ถูกสร้างขึ้นในสมัยราชวงศ์โชซอน ตั้งแต่ปี ค.ศ.1392 ถึง ค.ศ.1910

พระราชวัง 경복궁 สร้างขึ้นในปี ค.ศ.1395 โดยกษัตริย์พระองค์แรกของราชวงศ์โชซอน ที่ชื่อว่าพระเจ้า 태조 이성계

พระราชวัง 경복궁 นั้นถูกสร้างขึ้นเป็นแห่งแรกและใหญ่ที่สุดในพระราชวังทั้ง 5 แห่ง โดย 경복궁 มีความหมายว่า พระราชวังที่ได้รับพระพรอันยิ่งใหญ่จากสวรรค์

พระราชวัง 경복궁 นั้นสร้างตามทฤษฎีหลักภูมิศาสตร์ฮวงจุ้ย โดยอยู่ด้านหลังคลอง 청계천 และอยู่ด้านหน้าภูเขา 북악산 นั่นเอง

พระราชวัง 경복궁 ประกอบไปด้วยท้องพระโรง 근정전

อาคาร 강녕전 ที่เป็นห้องบรรทมของกษัตริย์ อาคาร 교태전 ที่มีห้องบรรทม ของพระราชินี อาคาร 자경전 และยังมีอาคาร 경회루 อีกด้วย

น่าเสียดายที่พระราชวัง 경복궁 ถูกทำลายในช่วงสงครามกับญี่ปุ่น 임진왜란 ในปี ค.ศ.1592 และหลังจากนั้นเป็นต้นมายังคงถูกทิ้งร้างยาวนานกว่า 270 ปี

พระราชวัง 경복궁 ถูกบูรณะขึ้นใหม่โดยพ่อของพระเจ้า 고종 ที่ชื่อว่า 흥선대원군 ในปี ค.ศ.1867

ปัจจุบันนักท่องเที่ยวชาวต่างชาติจำนวนมากมักสวมชุด 한복 ซึ่งเป็นชุดพื้นบ้านของประเทศเกาหลีมาเยี่ยมชมและถ่ายรูปในพระราชวัง 경복궁 นั่นเอง

▶▶ 추가하면 좋을 문상

매일 오전 10시와 오후 2시 광화문에서 수문장 교대식을 볼 수 있다.

경복궁은 일제강점기와 한국전쟁 중에 다시 훼손되었고 한국 정부는 1990년부터 현재까지 경복궁 복원공사를 하고 있다.

▷▷ 응용

한국의 5대 궁, 조선의 건국 배경, 서울에서 가장 유명한 관광지 추천

พระราชวัง 궁궐	ราชวงศ์โชซอน 조선왕조	กษัตริย์ 왕, 임금
พระพร 복, 축복	ภูมิศาสตร์ฮวงจุ้ย 풍수지리	พระราชินี 왕비
ห้องพระโรง 정전 (대전)	ห้องบรรทม 침전	ชุดพื้นบ้าน 전통의상

2. 근정전

근정전은 경복궁에서 가장 큰 건물이며 왕의 즉위식 또는 혼례와 같은 나라의 큰 행사가 열리는 중요한 곳이다.

근정전 주변에는 56개의 동물 석상이 있으며, 이 동물들은 나쁜 기운을 막고 왕과 궁궐을 보호한다고 믿었다. 근정전 천장에는 7개 발톱을 가진 황금용 두 마리가 있다. 조선시대에 용은 왕과 왕의 존엄을 상징한다.

ท้องพระโรง 근정전 เป็นอาคารที่ใหญ่ที่สุดและเป็นอาคารหลักของพระราชวัง 경복궁

근정전 เป็นสถานที่ที่ใช้สำหรับจัดพิธีสำคัญใหญ่ๆ เช่น พิธีราชาภิเษก พิธีแต่งงาน ฯลฯ

โดยรอบๆ 근정전 นั้นมีรูปปั้นสัตว์ 56 ตัวตั้งอยู่

เราเชื่อว่ารูปปั้นสัตว์เหล่านี้สามารถขับไล่สิ่งชั่วร้ายและปกป้องกษัตริย์และพระราชวังได้

ด้านในของท้องพระโรง 근정전 มีมังกรทองสองตัวที่มีเจ็ดกรงเล็บประดับอยู่บนเพดาน

ซึ่งในสมัยราชวงศ์โชซอนนั้น

เราเชื่อว่ามังกรเป็นสัญลักษณ์ของกษัตริย์และเกียรติยศนั่นเอง

▶▶ 추가하면 좋을 문장
근정전의 내부에는 어좌가 있고 그 뒤에 일월오봉도 그림이 있다.
근정전의 앞뜰에는 신하의 자리인 품계석이 있다.

▷▷ 응용
경복궁의 건물, 조선시대 궁중문화

ใช้สำหรับ ~용도로 쓰이다	พิธีราชาภิเษก 대관식	รูปปั้นสัตว์ 동물석상
ขับไล่สิ่งชั่วร้าย 나쁜 것을 몰아내다	มังกร 용	เกียรติยศ 권위, 존엄

3. 일월오봉도

일월오봉도는 왕이 앉는 어좌 뒤에 두는 큰 그림이다. 일월오봉도의 뜻은 해, 달 그리고 5개의 산봉우리이다. 그림 속에 있는 해와 달은 왕과 왕비 또는 음과 양을 상징하고, 다섯개의 봉우리는 나라를 상징한다. 일월오봉도는 조선시대 왕의 존엄을 상징한다.

만 원권 지폐에 있는 세종대왕 어진 뒤에도 일월오봉도를 찾아볼 수 있다.

일월오봉도 เป็นภาพวาดขนาดใหญ่ที่อยู่ด้านหลังพระราชบัลลังก์
ซึ่ง 일월오봉도 หมายถึงดวงอาทิตย์ ดวงจันทร์ และภูเขา 5 ลูก
เราเชื่อว่าดวงอาทิตย์และดวงจันทร์ในรูปภาพนั้นเป็นสัญลักษณ์ของกษัตริย์และราชินี
หรือเป็นสัญลักษณ์ของหยินและหยาง
ส่วนภูเขาทั้งห้านั้นเป็นสัญลักษณ์ของประเทศเกาหลี
ภาพนี้ถือเป็นสัญลักษณ์ของเกียรติยศของกษัตริย์ราชวงศ์โชซอน
โดยบนแบงค์หนึ่งหมื่นวอนมีภาพนี้อยู่ด้านหลังภาพวาดใบหน้าของพระเจ้า 세종
อีกด้วย

▶▶ 추가하면 좋을 문장

다른 이름으로 일월오악도, 일월오봉병, 일월곤륜도 라고도 부른다.

▷▷ 응용

근정전에 대해 설명하시오

พระราชบัลลังก์ 왕좌, 어좌 | ดวงอาทิตย์ 해 | ดวงจันทร์ 달

หยินและหยาง 음양 | แบงค์ 지폐

4. 품계석

근정전 앞에는 24개의 비석이 있다. 그 비석을 품계석이라고 하며 오른쪽 12개는 문관을 위한 것이고, 왼쪽 12개는 무관을 위한 것이다.

근정전에서 큰 행사가 있을 때 신하들은 품계석 옆에 서서 참석하며, 근정전에 가까운 품계석 일수록 지위가 높은 신하를 위한 것이다.

ด้านหน้าท้องพระโรง 근정전 จะมีแท่นหิน 24 แท่งตั้งอยู่

เราเรียกแท่นหินดังกล่าวนี้ว่า 품계석

ซึ่งแท่นหินด้านขวา 12 แท่งนั้นมีไว้สำหรับข้าราชการฝ่ายพลเรือน

ส่วนแท่นหินด้านซ้าย 12 แท่งมีไว้สำหรับข้าราชการฝ่ายกลาโหม

เมื่อมีงานใหญ่จัดขึ้นที่ท้องพระโรง 근정전 ข้าราชการทั้งหลายจะยืนอยู่ข้างๆแท่นหินเหล่านี้

โดยแท่นหินที่อยู่ใกล้กับท้องพระโรง 근정전 มากที่สุดนั้นเป็นแท่นหินสำหรับข้าราชการระดับสูงนั่นเอง

▶▶ 추가하면 좋을 문장
좌우 품계석 가운데에는 삼도가 있고 가운데 길은 임금이 걷는 어도이다.

▷▷ 응용
근정전에 대해 설명하시오, 조선의 왕실문화

แท่นหิน 석조물	ข้าราชการฝ่ายพลเรือน 문관	ข้าราชการฝ่ายกลาโหม 무관
งานใหญ่ 큰 행사	ระดับสูง 높은 등급	

5. 광화문

경복궁의 동서남북에는 건춘문, 영추문, 광화문, 신무문 4개의 문이 있다.

광화문은 경복궁의 남쪽 문이며 가장 큰 정문이다. 조선시대 왕은 근정전에서 항상 남쪽을 바라보기 때문이다.

광화문은 일제강점기와 한국전쟁 중에 훼손되었으나 2010년에 재건되었다.

광화문은 2층으로 되어 있으며 3개의 문이 있다. 가운데 문은 왕을 위한 것이며, 천장에는 왕을 상징하는 봉황이 그려져 있다. 나머지 2개는 신하의 통행을 위한 것이다.

รอบๆพระราชวัง 경복궁 ทั้งทิศ เหนือ ใต้ ตะวันออก และตะวันตก มีประตูอยู่ 4 บาน

ด้วยกัน ประตูทั้ง 4 บานนี้มีชื่อว่า 건춘문 영추문 광화문 และ 신무문

ประตู 광화문 เป็นประตูที่อยู่ทางทิศใต้ของพระราชวัง 경복궁

เป็นประตูหลักและใหญ่ที่สุดในบรรดาประตูทั้งสี่

ที่เป็นเช่นนี้ก็เพราะว่ากษัตริย์มักจะมองไปทางทิศใต้ เวลาพระองค์อยู่

ที่ท้องพระโรงเสมอ

ประตู 광화문 ถูกทำลายในช่วงยุคอาณานิคมของญี่ปุ่นกับช่วงสงครามเกาหลี

และต่อมาถูกสร้างขึ้นใหม่ในปี ค.ศ. 2010

ประตู 광화문 มีสองชั้นและมีทั้งหมด 3 บานด้วยกัน

โดยประตูกลางสร้างขึ้นสำหรับกษัตริย์เข้า-ออกเท่านั้น ซึ่งตรงเพดานจะมีภาพวาด

봉황 ซึ่งเป็นสัญลักษณ์ของกษัตริย์ประดับอยู่

ส่วนประตูที่เหลืออีกสองบานนั้นมีไว้สำหรับข้าราชบริพารนั่นเอง

▶▶ 추가하면 좋을 문장

천장의 그림은 왕을 상징하는 봉황 또는 남쪽을 상징하는 주작이라고 여겨진다.

▷▷ 응용

해치, 경복궁, 세종대왕상, 수문장교대식

ในบรรดา ~중에	ถูกทำลาย 파괴되다	สัญลักษณ์ 상징
ยุคอาณานิคมของญี่ปุ่น 일제강점기		ข้าราชบริพาร 신하

6. 해치

광화문 앞에는 두 개의 동물 석상이 있다. 이름은 해치 또는 해태라고 불리며, 이 상상의 동물의 몸은 사자 모양이며 머리에는 뿔이 있고 목에는 방울이 있다.

조선시대에는 해치가 나쁜 기운으로부터 궁궐을 지켜준다고 믿었다.

해치는 2008년부터 서울특별시의 상징이다.

หน้าประตู 광화문 มีรูปปั้นสัตว์ทำด้วยหิน 2 ตัวที่มีชื่อว่า 해치 หรือ 해태

ในสมัยราชวงศ์โชซอน

ลักษณะของรูปปั้นนี้เป็นสัตว์ในจินตนาการที่มีรูปร่างคล้ายสิงโตและมีจะงอยบนหัว

อีกทั้งลำคอยังมีกระดิ่งอีกด้วย

เราเชื่อว่า 해치 สามารถปกป้องพระราชวังและขับไล่สิ่งไม่ดีไปได้

รูปปั้นนี้เป็นสัญลักษณ์ของกรุงโซลมาตั้งแต่ปี ค.ศ. 2008

▶▶ 추가하면 좋을 문장

또한 조선시대에 해치는 옳고 그름을 가리는 법관의 상징이었다.

▷▷ 응용

광화문, 경복궁, 서울의 상징

| จินตนาการ 상상, 가상 | รูปร่างคล้ายสิงโต 사자모양의 | จะงอย 굽은 뿔(부리) |
| ลำคอ 목 | กระดิ่ง 방울 | |

7. 단청

궁궐 또는 사찰 건물에 그려진 화려한 색상의 무늬와 그림을 단청이라고 한다.
단청의 기본색은 적, 황, 청, 흑, 백이다. 단청은 건물을 장식할 뿐만 아니라 비와 바람으로부터 건물을 지켜준다. 조선시대에는 오직 궁궐과 불교 사찰에만 단청이 있었고 그것은 왕, 그리고 부처의 존엄을 상징한다.

단청 เป็นลวดลายและสีสันหลากหลายที่วาดอยู่บนอาคารของพระราชวังหรือวัด
สีพื้นฐานจะมีสีแดง สีเหลือง สีน้ำเงิน สีดำ และสีขาว
단청 ไม่ได้มีไว้สำหรับตกแต่งอาคารเพียงเท่านั้น แต่ยังช่วยกันฝนและลมได้อีกด้วย
ในสมัยราชวงศ์โชซอน มีเพียงพระราชวังกับวัดพุทธเท่านั้นที่มี 단청
ซึ่งเราถือว่า 단청 เป็นสัญลักษณ์ของเกียรติยศของกษัตริย์และพระพุทธเจ้านั่นเอง

▶▶ 추가하면 좋을 문장

단청의 종류는 격에 따라 가칠단청, 긋기단청, 모로단청, 금단청 등이 있다.

▷▷ 응용

경복궁의 건청궁, 창덕궁의 낙선재, 덕수궁의 석어당 (단청이 없는 궁궐 내 건물)

ลวดลาย 무늬	สีสันหลากหลาย 채색	พื้นฐาน 기본, 기초
ตกแต่ง 꾸미다	วัดพุทธ 불교사찰	พระพุทธเจ้า 부처

8. 덕수궁

덕수궁은 서울에 있는 5대 궁궐 중 하나이다. 본디 월산대군의 저택이었으나 임진왜란 이후 모든 궁궐이 불에 타 선조는 이곳에 궁을 새로 마련하였다.
1896년 아관파천 이후 고종은 러시아 공사관에서 덕수궁으로 돌아가 대한제국을 선포하고 황제가 되었다. 덕수궁은 전통적인 건축물과 현대적인 건축물이 공존하는 궁궐이다.

중화전은 궁궐에서 가장 큰 정전이다. 함녕전은 왕의 침전이며 고종은 함녕전에서 승하하셨다.
석어당은 단청이 없는 2층 한옥이다. 정관헌은 고종이 접객과 휴식하던 곳으로 러시아 스타일로 장식되어 있다. 석조전은 유럽 스타일의 석조 건축물이다. 지금은 전시관으로 쓰이고 있다.

พระราชวัง 덕수궁 เป็นหนึ่งในพระราชวังทั้ง 5 แห่งในกรุงโซล
แต่เดิมเป็นบ้านของเจ้าชาย 월산대군 ในสมัยราชวงศ์โชซอน แต่หลังจากสงคราม 임진왜란 พระราชวังทั้งหมดก็ถูกเผาทำลาย ซึ่งพระเจ้า 선조 ได้สร้างพระราชวังใหม่ขึ้นที่นี่
หลังจากที่พระเจ้า 고종 ลี้ภัยไปยังสถานทูตรัสเซีย หรือ ที่เราเรียกว่า เหตุการณ์ 아관파천 ในปี ค.ศ.1896 พระเจ้า 고종 ได้กลับมาอยู่ที่พระราชวัง 덕수궁 เพื่อประกาศจักรวรรดิเกาหลีและขึ้นเป็นจักรพรรดิ
พระราชวัง 덕수궁 นั้นนับเป็นพระราชวังที่ผสมผสานไปด้วยอาคารแบบพื้นเมือง และอาคารแบบทันสมัย

ภายในพระราชวัง 덕수궁 จะมีท้องพระโรง 중화전 ที่เป็นอาคารที่ใหญ่ที่สุดในพระราชวัง 함녕전 เป็นอาคารที่มีห้องบรรทมของกษัตริย์ ซึ่งพระเจ้า 고종 สวรรคตในอาคารแห่งนี้นั่นเอง
ส่วนอาคาร 석어당 นั้นเป็นอาคารบ้านพื้นเมืองเกาหลีสองชั้นที่ไม่มี 단청
นอกจากนี้ยังมีอาคาร 정관헌 ที่ใช้เป็นห้องรับแขก ซึ่งในสมัยก่อนพระเจ้า 고종

มักชอบมาพักผ่อนที่อาคารแห่งนี้ ต่อมาเป็นอาคาร 정관헌 ซึ่งเป็นอาคาร
ที่ตกแต่งด้วยสไตล์รัสเซีย
และสุดท้ายคืออาคาร 석조전 เป็นอาคารหินสไตล์ยุโรป
ซึ่งปัจจุบันนี้เป็นพิพิธภัณฑ์นั่นเอง

▶▶ 추기하면 좋을 문장
지금은 덕수궁의 대한문에서 매일 수문장 교대식을 볼 수 있다.
중명전은 서양식 벽돌 건물로 1905년 일본과 을사늑약이 강제로 체결된 곳이다.

▷▷ 응용
한국의 5대 궁, 덕수궁의 건물, 수문장 교대식

แต่เดิม 본래	ถูกเผาทำลาย 불에 타 전소되다	เหตุการณ์ 사건
ผสมผสาน 어우러지다	จักรพรรดิ 황제, 제국	สไตล์ยุโรป 유럽 스타일

여러분! 아름다운 한국의 5대 궁궐 중 하나인〈창덕궁과 후원〉은 Part.4 유네스코 문화유산에 있습니다!

9. 창경궁

1418년 세종대왕이 아버지 태종을 위해 수강궁을 창건하였고 조선의 9대 왕 성종이 그 터에 창경궁을 세웠다. 그 후 1593년 임진왜란 때 파괴됐으나 광해군이 재건했다.

일제강점기에 일본인은 창경궁을 동물원과 식물원으로 만들어 왕실의 권위를 훼손했다.

지금은 창경궁의 옛 모습을 되찾고 전통의 미를 갖춘 궁궐이 되었다.

ในปี ค.ศ.1418 พระเจ้า 세종 ได้สร้างพระราชวัง 수강궁 ขึ้นให้พ่อของเขา

ซึ่งก็คือพระเจ้า 태종 นั่นเอง

หลังจากนั้นพระเจ้า 성종 กษัตริย์องค์ที่เก้าแห่งราชวงศ์โชซอนได้สร้างพระราชวัง

창경궁 บนพื้นที่ดังกล่าว

ต่อมาพระราชวัง 창경궁 ถูกทำลายในช่วงสงคราม 임진왜란 ในปี ค.ศ.1593

แต่พระเจ้า 광해군 ก็ได้สร้างพระราชวัง 창경궁 ขึ้นมาใหม่

ในช่วงที่เป็นอาณานิคมของญี่ปุ่น ชาวญี่ปุ่นได้เปลี่ยนพระราชวัง 창경궁

ให้กลายเป็นสวนสัตว์และสวนพฤกษศาสตร์

ซึ่งสิ่งนี้นับเป็นการทำลายเกียรติยศของกษัตริย์และพระราชวงศ์เป็นอย่างมาก

แต่ในปัจจุบันนี้ พระราชวัง 창경궁

ได้รับการบูรณะขึ้นอีกครั้งและได้กลับมางดงามดังเดิมแล้ว

▶▶ 추가하면 좋을 문장

창경궁 안에 명정전은 5개 궁궐 중에서 가장 오래된 정전이다.

현재는 야간개장을 이용해 창경궁의 아름다운 야경을 볼 수 있다.

▷▷ 응용

한국의 5대 궁, 서울의 나이트투어 추천장소

สงคราม 전쟁	ให้กลายเป็น ~이 되도록	สวนสัตว์ 동물원
สวนพฤกษศาสตร์ 식물원	ในปัจจุบันนี้ 오늘날에는	บูรณะ 복원하다, 재건하다

10. 경희궁

경희궁은 서울에 있는 5대 궁궐 중 하나이다. 17세기 조선시대 광해군이 창건했다.

경희궁은 경복궁의 서쪽에 있어 '서궐'이라고 불린다. 조선시대에는 100채가 넘는 건물이 있는 큰 궁궐이었고, 경희궁과 덕수궁이 홍교로 연결되어 있었다.

경희궁은 일제강점기에 거의 훼손되었으나 1988년 복원하였다

พระราชวัง 경희궁 เป็นหนึ่งในพระราชวังทั้ง 5 แห่งในกรุงโซล

สร้างขึ้นโดยพระเจ้า 광해군 ในช่วงศตวรรษที่ 17 สมัยราชวงศ์โชซอน

เราเรียกพระราชวัง 경희궁 ว่า 서궐 เนื่องจากตั้งอยู่ทางทิศตะวันตกของ

พระราชวัง 경복궁

ในสมัยราชวงศ์โชซอนนั้น พระราชวัง 경희궁 เป็นพระราชวังขนาดใหญ่ที่มีอาคารกว่า

100 หลัง

ซึ่งภายในพระราชวังจะมีสะพาน 홍교 เชื่อมอยู่ระหว่างพระราชวัง 경희궁

กับพระราชวัง 덕수궁 อีกด้วย

หลังจากนั้นพระราชวัง 경희궁 ก็ถูกญี่ปุ่นทำลายลงในช่วงที่เกาหลีตกเป็นอาณานิคม

ของญี่ปุ่น ซึ่งต่อมาก็ได้รับการบูรณะขึ้นมาใหม่ในปี ค.ศ. 1988 นั่นเอง

▶▶ 추가하면 좋을 문장

경희궁의 정문은 흥화문이며 주요 건물은 숭정전, 자정전, 태령전 등이 있다

현재는 서울시민의 휴식처이며 입장료는 무료이다.

▷▷ 응용

한국의 5대 궁

ศตวรรษที่ 17 17세기	ตั้งอยู่ ~에 위치하다	ทิศตะวันตก 서쪽
	เชื่อม 연결하다	นั่นเอง 그야말로

11. 한양도성

한양도성(서울성곽)은 서울에 있는 도성이다. 조선시대 첫 번째 임금 태조가 수도 한양을 지키기 위해 건설했다. 길이는 약 18km이며 북악산, 낙산, 남산, 인왕산을 연결한다.
한양도성에는 4대문(숭례문, 흥인지문, 숙정문, 돈의문) 과 4소문(창의문, 혜화문, 소의문, 광희문)이 있으나 지금은 6개만 남았다.
현재 한양도성은 서울의 아름다운 트레일 코스로 유명하다.

한양도성 เป็นกำแพงป้อมปราการในกรุงโซล
สร้างขึ้นโดยพระเจ้า 태조 ซึ่งเป็นกษัตริย์องค์แรกแห่งราชวงศ์โชซอน
한양도성 สร้างขึ้นเพื่อปกป้องเมืองหลวงฮันยางซึ่งปัจจุบันคือกรุงโซลนั่นเอง
ซึ่ง 한양도성 นั้นมีความยาวประมาณ 18 กิโลเมตร และเชื่อมต่อกับ 북악산 낙산 남산 และ 인왕산
ที่ป้อมปราการ 한양도성 นั้นมีประตูใหญ่ 4 ประตู ได้แก่ 숭례문 흥인지문 숙정문 돈의문 และ ประตูเล็ก 4 ประตู ได้แก่ 창의문 혜화문 소의문 และ광희문 โดยปัจจุบันเหลือเพียง 6 ประตูเท่านั้น
ปัจจุบัน 한양도성 มีชื่อเสียงเพราะเป็นเส้นทางเดินที่สวยงามในกรุงโซล

▶▶ 추가하면 좋을 문장
인왕산에서는 북한산과 경복궁, N서울타워와 한강을 모두 볼 수 있다.

▷▷ 응용
숭례문과 흥인지문
외국인에게 추천할 서울 시내 관광지

กำแพง 벽, 울타리 ป้อมปราการ 성, 요새 ปกป้อง 방어하다
มีชื่อเสียง 유명하다, 이름나다 เส้นทางเดิน 트레일코스

12. 숭례문

숭례문은 한국의 국보이며 다른 이름은 남대문이다. 1395년 한양도성과 함께 지어진 숭례문은 한양도성의 남쪽 문이며 정문이다.

숭례문은 서울에서 가장 오래된 목조 건물이었으나 불행히도 2008년 화재로 훼손되었고 5년 후 재건되었다. 근처 남대문 시장은 서울에서 가장 큰 도매 시장이다.

숭례문 เป็นสมบัติแห่งชาติของประเทศเกาหลี มีอีกชื่อหนึ่งว่า 남대문

ถูกสร้างขึ้นในปี ค.ศ. 1395 พร้อมกับป้อมปราการ 한양도성

숭례문 นั้นเป็นประตูที่อยู่ทางทิศใต้ของป้อมปราการ 한양도성

และเป็นประตูหลักอีกด้วย

숭례문 นับเป็นอาคารไม้ที่เก่าแก่ที่สุดในกรุงโซล แต่น่าเสียดายที่ประตู 숭례문

ถูกเผาในปี ค.ศ. 2008 และถูกสร้างขึ้นมาใหม่ในปี ค.ศ. 2013

ใกล้ๆ 숭례문 มีตลาด 남대문 ซึ่งเป็นตลาดขายส่งที่ใหญ่ที่สุดในกรุงโซลอีกด้วย

▶▶ 추가하면 좋을 문장
한양도성에 있는 8개 문들 중 정문이다.
숭례문은 유교의 인의예지 (어짊, 의로움, 예의, 지혜) 중 예를 상징한다.

▷▷ 응용
동대문, 한양도성, 인의예지, 서울의 쇼핑명소

| สมบัติแห่งชาติ 국보 | พร้อมกับ ~도 함께 | ทิศใต้ 남쪽 |
| น่าเสียดาย 유감스럽게도 | ตลาดขายส่ง 도매시장 | |

13. 흥인지문

흥인지문은 한국의 보물이며 다른 이름은 동대문이다. 1396년 한양도성과 함께 지어졌다.

흥인지문은 한양도성의 동쪽 문이며 반원 모양의 담이 있다. 그것을 〈옹성〉이라고 부르며 옹성은 문을 지키는 역할을 한다.

근처 동대문 시장은 서울에서 가장 크고 유명한 패션 도매시장이다.

흥인지문 เป็นสมบัติล้ำค่าของประเทศเกาหลี ซึ่งมีอีกชื่อนึงว่า 동대문

โดย 흥인지문 ถูกสร้างขึ้นในปี ค.ศ.1396 พร้อมกับป้อมปราการ 한양도성

흥인지문 นั้นเป็นประตูที่อยู่ทางทิศตะวันออกของป้อมปราการ 한양도성

ซึ่งมีกำแพงหินที่มีลักษณะเป็นครึ่งวงกลมล้อมรอบอยู่

เราเรียกกำแพงนี้ว่า 옹성 มีไว้สำหรับป้องกันป้อมปราการอีกชั้นหนึ่ง

ใกล้ๆ 흥인지문 มีตลาด 동대문 ซึ่งเป็นตลาดเสื้อผ้าแฟชั่นขายส่งที่ใหญ่ที่สุดในกรุงโซล

▶▶ 추가하면 좋을 문장
한양도성에 있는 4대문 중에 하나이다.
DDP와 동대문시장은 나이트투어로 유명하다.

▷▷ 응용
숭례문(남대문)과 비교, 한양도성, 서울의 쇼핑투어 추천

สมบัติล้ำค่า 보물	ทิศตะวันออก 동쪽	ครึ่งวงกลม 반원
ล้อมรอบอยู่ 둘러싸다	ป้องกัน 지키다, 막다	

14. 한국의 유교

유교는 4세기경 삼국시대에 중국으로부터 전해졌다.

조선시대에 유교는 국가의 이념이 되었고 조선의 문화와 사회에 많은 영향을 주었다.

유교는 나라에 충성하고 부모를 공경하는 것과 〈인의예지〉를 따르는 것이 중요했다.

세종대왕은 유교의 도덕 사상에 기본이 되는 삼강오륜을 책(삼강행실도)으로 만들어 백성에게 널리 알렸다.

한국은 지금도 여전히 유교의 문화가 남아있다. 특히 역대 왕을 위한 제사인 종묘제례는 유네스코 인류무형문화유산에 등재되었다.

ลัทธิขงจื๊อได้รับอิทธิพลมาจากจีน โดยเข้ามาในเกาหลีช่วงสามราชอาณาจักรเกาหลี ซึ่งตรงกับช่วงศตวรรษที่ 4

และต่อมาลัทธิขงจื๊อได้กลายเป็นอุดมการณ์ประจำชาติในสมัยราชวงศ์โชซอน

และมีอิทธิพลอย่างมากต่อวัฒนธรรมและสังคมในสมัยโชซอน

หลักการสำคัญของลัทธิขงจื๊อคือ ความจงรักภักดีต่อประเทศชาติ การเคารพพ่อแม่

และการปฏิบัติตามหลักปัญญามนุษย์ 인의예지

พระเจ้า 세종 ได้ตีพิมพ์หนังสือชื่อ 삼강오륜

ซึ่งเป็นพื้นฐานของความคิดทางศีลธรรมของลัทธิขงจื๊อ

อีกทั้งยังได้เผยแพร่หนังสือดังกล่าวออกไปให้ราษฎรได้รู้จักกันอย่างกว้างขวาง

วัฒนธรรมขงจื๊อนั้นยังคงหลงเหลือให้เห็นอยู่จนถึงปัจจุบัน

โดยเฉพาะพิธี 종묘제례 ที่เป็นพิธีไหว้บรรพบุรุษของกษัตริย์ ซึ่ง 종묘제례 นั้น

ได้รับการขึ้นทะเบียนเป็นมรดกทางวัฒนธรรมที่จับต้องไม่ได้ขององค์การ UNESCO

อีกด้วย

▶▶ 추가하면 좋을 문장

인의예지 (어짊, 의로움, 예의, 지혜) (ความดี ความชอบธรรม มารยาท ปัญญา)

삼강오륜 (군위신강, 부위자강, 부위부강 / 부자유친, 군신유의, 부부유별, 장유유서, 붕우유신)

▷▷ 응용

지금도 남아있는 유교전통은?

삼강오륜, 조선의 문화, 한국의 서원, 종묘제례

ลัทธิขงจื๊อ 유교	**อิทธิพล** 영향	**อุดมการณ์ประจำชาติ** 국가이념
สังคม 사회	**ความจงรักภักดี** 충성	**ผู้อาวุโส** 어른
ศีลธรรม 도덕	**ราษฎร** 백성, 국민	**พิธีไหว้บรรพบุรุษ** 제사의식

15. 한국의 불교

불교는 4세기 중국으로부터 전해졌다. 통일신라 시대에 많은 불교 사찰과 불상이 만들어졌으며, 경주 불국사와 석굴암은 1995년 유네스코 세계문화유산에 등재되었다.
고려시대에 불교는 국가의 종교가 되었다. 고려의 중요한 문화유산으로 팔만대장경, 부석사 등이 있다.
이후 조선시대에 유교를 국가의 이념으로 받아들이면서 불교는 쇠퇴하였다.
한국의 불교는 오랜 시간 동안 민간신앙과 결합하여 발전하였고 한국의 문화에 많은 영향을 주었다.

เกาหลีได้รับอิทธิพลทางพระพุทธศาสนามาจากประเทศจีนจีนในช่วงศตวรรษที่ 4 ในสมัยราชวงศ์ 신라 มีการสร้างวัดและพระพุทธรูปจำนวนมาก ซึ่งต่อมาวัด 불국사 และวัดถ้ำ 석굴암 ได้รับการขึ้นทะเบียนเป็นมรดกโลกโดยองค์การ UNESCO ในปี ค.ศ.1995

และในสมัยราชวงศ์ 고려 ศาสนาพุทธได้กลายเป็นศาสนาประจำชาติ
เกิดมรดกทางวัฒนธรรมที่สำคัญมากมาย เช่น พระไตรปิฎก 팔만대장경, วัด 부석사 และอื่น ๆ
ในสมัยราชวงศ์โชซอน ลัทธิขงจื๊อได้รับการยอมรับให้เป็นอุดมการณ์หลักของชาติ
พระพุทธศาสนาจึงเสื่อมลงไป
อย่างไรก็ตาม ศาสนาพุทธได้เข้าร่วมกับความเชื่อพื้นเมืองเป็นเวลานาน
จึงมีอิทธิพลอย่างมากต่อวัฒนธรรมเกาหลี

▶▶ 추가하면 좋을 문장
현재 한국 인구의 17%가 불교 신자이다.

▷▷ 응용
템플스테이, 한국의 산사, 불국사와 석굴암, 연등회

ศาสนาพุทธ 불교	ได้รับการยอมรับ 인정받다	วัฒนธรรม 문화
เสื่อมลง 쇠퇴하다		ความเชื่อพื้นเมือง 민간신앙

16. 삼보사찰

한국에는 중요한 사찰 세 곳이 있다. 양산 통도사, 합천 해인사, 순천 송광사를 삼보사찰이라고 부르며,
이 사찰들은 불교의 세 가지 보물을 상징한다.
양산 통도사는 부처의 몸을 상징하며 부처의 사리가 보관되어 있다.
합천 해인사는 부처의 말씀을 상징하며 팔만대장경이 보관되어 있다.
순천 송광사는 부처의 제자를 상징하며 **훌륭한 승려를 많이** 배출하였다.

ที่เกาหลีมีวัดสำคัญสามแห่งด้วยกัน เราเรียกวัดเหล่านี้ว่า 삼보사찰 ได้แก่ วัด 통도사 ใน
양산, วัด 해인사 ใน 합천, วัด 송광사 ใน 순천
삼보사찰 เป็นสัญลักษณ์ของสมบัติสามประการของพระพุทธศาสนา
เนื่องจากวัด 양산 통도사 เป็นที่เก็บสรีรธาตุของพระพุทธเจ้า
วัดนี้จึงเป็นสัญลักษณ์แห่งพระวรกายของพระพุทธเจ้า
เนื่องจากภายในวัด 합천 해인사 เป็นที่เก็บพระไตรปิฎก 팔만대장경
วัดนี้จึงเป็นสัญลักษณ์แห่งพระราชดำรัสของพระพุทธเจ้า
และเนื่องจากวัด 순천 송광사 ได้ผลิตพระสงฆ์ยอดเยี่ยมมากมาย
วัดนี้จึงเป็นสัญลักษณ์แห่งสาวกของพระพุทธเจ้านั่นเอง

▶▶ 추가하면 좋을 문장
삼보사찰은 모두 신라시대에 창건되었고 1,000년이 넘는 역사를 가지고 있다.

▷▷ 응용
한국의 불교역사, 팔만대장경, 산사, 템플스테이

วัด 절, 사찰	สรีรธาตุของพระพุทธเจ้า 부처의 사리	พระวรกาย 옥체
พระราชดำรัส 말씀	พระสงฆ์ 승려	สาวกของพระพุทธเจ้า 부처의 제자

17. 사천왕

사천왕은 사찰과 부처를 지키는 동서남북 네 명의 수호신이며 이름은 지국, 광목, 다문, 증장이다.

사천왕상은 절의 두 번째 문인 천왕문에 두었으며 보통 무서운 얼굴을 하고 있다.

경주 석굴암의 사천왕상이 유명하다.

사천왕 คือเทพเจ้าแห่งสวรรค์ทั้งสี่ทิศที่คอยปกป้องวัดพุทธและพระพุทธเจ้า

เทพเจ้าแห่งสวรรค์ทั้งสี่นี้มีชื่อว่า 지국 광목 다문 และ 증장

ปกติรูปปั้นของเทพเจ้าแห่งสวรรค์ทั้งสี่จะอยู่ที่ประตู 천왕문

ซึ่งเป็นประตูบานที่สองของวัด

ซึ่งโดยปกติแล้ว 사천왕 มักจะมีใบหน้าที่น่ากลัว

รูปปั้นเทพเจ้าแห่งสวรรค์ทั้งสี่ที่วัดถ้ำ 석굴암 ในคยองจูนั้นนับว่ามีชื่อเสียงมาก

▶▶ 추가하면 좋을 문장

동-지국(칼), 서-광목(탑), 남-증장(여의주), 북-다문(비파)

▷▷ 응용

한국의 불교문화, 불국사와 석굴암

เทพเจ้าแห่งสวรรค์ทั้งสี่ 사천왕	โดยปกติแล้ว 보통, 대개	มักจะ ~하곤 하다
ใบหน้าที่น่ากลัว 무서운 얼굴	วัดถ้ำ 동굴사원	

18. 불교의 사물

절에는 사물이라 불리는 4개의 타악기 〈법고, 목어, 운판, 범종〉이 있다.
법고는 땅에 사는 생명을 위해, 목어는 물에 사는 생명을 위해, 운판은 하늘에 사는 생명을 위해 두드린다. 범종은 세상의 모든 것들을 구원하기 위해 울리며 아침에 28번, 저녁에 33번 친다.

ภายในวัดที่เกาหลีจะมีเครื่องเคาะจังหวะสี่อย่าง ในภาษาเกาหลีเราเรียกว่า 사물
ซึ่งเครื่องเคาะจังหวะทั้งสี่นี้ ประกอบไปด้วย 법고 목어 운판 และ 범종
법고 เป็นกลองที่ใช้ตีเพื่อสรรพสิ่งที่อาศัยอยู่บนพื้นดิน
เครื่องเคาะปลาไม้ 목어 ใช้เคาะเพื่อสรรพสิ่งที่อาศัยอยู่ในน้ำ
เครื่องเคาะ 운판 ใช้เคาะเพื่อสรรพสิ่งที่อาศัยอยู่บนท้องฟ้า
และระฆัง 범종 ใช้ตีเพื่อช่วยทุกสรรพสิ่งบนโลกให้พ้นทุกข์
เราจะตี 범종 28 ครั้งในตอนเช้าและ 33 ครั้งในตอนเย็นทุกวัน

▶▶ 추가하면 좋을 문장
사물을 두는 건물을 범종각이라고 부른다.

▷▷ 응용
한국의 불교의 특징, 템플스테이, 산사

เครื่องเคาะจังหวะ 타악기	กลอง 북	สรรพสิ่ง 만물, 사물
อาศัยอยู่ 거주하다, 서식하다		พ้นทุกข์ 고통에서 벗어나다. 구원하다

19. 템플스테이 〈2021 면접기출〉

2002년부터 많은 불교사찰이 템플스테이를 운영하고 있다.
템플스테이는 한국의 불교문화를 체험할 수 있는 프로그램이다.
관광객은 하루, 길게는 일주일 정도 사찰에 머무르며 마음을 치유하고 평온함을 누릴 수 있다.
템플스테이 프로그램은 명상, 사찰음식 체험, 예불, 스님과의 담화, 등 만들기 등으로 구성되어 있다.

ตั้งแต่ปี ค.ศ. 2002 เป็นต้นมา วัดหลายแห่งได้จัดทำโปรแกรม 템플스테이
ซึ่ง 템플스테이นี้ เป็นโปรแกรมที่นักท่องเที่ยวจะได้สัมผัสกับวัฒนธรรมพระพุทธศาสนา
ของประเทศเกาหลี
โดยนักท่องเที่ยวสามารถไปพักที่วัดได้ตั้งแต่ 1 วัน จนถึง 1 สัปดาห์
ซึ่งจะมีช่วงเวลาที่นักท่องเที่ยวสามารถบำบัดจิตใจหรือทำจิตใจให้สงบได้
โดยปกติโปรแกรม 템플스테이 จะมีการทำสมาธิ การรับประทานอาหารสงฆ์
ทำพิธีทางพุทธศาสนา สนทนาฟังธรรมกับพระ และการทำงานฝีมือโคมไฟ เป็นต้น

▶▶ 추가하면 좋을 문장

약 140여 사찰에서 운영 중이며 인터넷을 통해 예약할 수 있다.
기간과 프로그램에 따라 체험형, 휴식형, 당일형으로 나뉜다.

▷▷ 응용

한국의 불교, 유네스코 7개 산사, 외국인에게 추천하는 한국의 체험, 지방관광의 활성화

เป็นต้นมา 그 이후 | การทำสมาธิ 명상 | โปรแกรม 프로그램
สัมผัสกับวัฒนธรรม 문화를 체험하다 | บำบัดจิตใจ 마음을 치유하다

20. 한국의 역사

기원전 2333년 단군왕검이 최초의 국가인 고조선을 세웠다. 그 후 고구려, 백제, 신라 삼국시대가 있었고, 통일신라와 발해 남북국 시대를 거쳐 10세기 태조 왕건이 고려를 세웠다. 1392년부터 1910년까지 조선시대였으며 27명의 임금이 있었다. 이후 35년 동안 일제강점기 시대를 겪고 1945년 광복되었다. 1950년부터 1953년까지 3년 동안 한국전쟁을 겪었으나 전쟁 이후 큰 경제 발전을 이루었다.

2333 ปีก่อนคริสตกาล 단군왕검 ได้ก่อตั้ง 고조선 ขึ้นมา

ซึ่งเรานับว่าเป็นอาณาจักรแรกเริ่มของประเทศเกาหลี

หลังจากนั้นก็เป็นยุคสามราชอาณาจักร ได้แก่ 고구려 백제 신라

ซึ่งต่อมาหลังจากช่วงสมัยยุคราชวงศ์ 통일신라 กับ 발해

พระเจ้า 태조 왕건 ได้ก่อตั้งราชวงศ์ 고려 ขึ้นในศตวรรษที่ 10

ต่อมาในช่วงปีค.ศ.1392 ถึง ค.ศ.1910 เป็นสมัยราชวงศ์โชซอน ซึ่งมีกษัตริย์ทั้งหมด

27 พระองค์ด้วยกัน หลังจากนั้น เกาหลีก็ตกเป็นอาณานิคมของญี่ปุ่นเป็นระยะเวลา

35 ปี และได้รับอิสรภาพในปี ค.ศ. 1945

ต่อมาในช่วงปี ค.ศ.1950 -1953 เกิดสงครามเกาหลีขึ้นรวมเป็นระยะเวลาสามปี

อย่างไรก็ตาม หลังจากสงครามสิ้นสุดลง

เกาหลีก็มีการพัฒนาทางเศรษฐกิจอย่างรวดเร็ว

▶▶ 추가하면 좋을 문장
현재 한국은 아시아 주요 경제 국가 중 하나이고 역사적 관광지가 많은 관광 국가이다.

▷▷ 응용
버스에서 손님에게 어떤 이야기를 할 것인가?

ก่อนคริสตกาล 기원전	ก่อตั้ง (나라를) 세우다	ได้รับอิสรภาพ 해방되다
ยุคสามราชอาณาจักร 삼국시대		สิ้นสุดลง 끝나다, 마치다

21. 고조선

고조선은 기원전 2333년 단군왕검이 세운 국가이다. 단군은 종교 지도자, 왕검은 정치 지도자를 의미한다.

삼국유사에 따르면 하늘의 임금〈환인〉이 아들〈환웅〉을 땅으로 보냈고 환웅은 태백산에 신시를 세웠다. 어느 날 환웅은 인간이 되고 싶은 곰과 호랑이에게 100일 동안 동굴에서 마늘과 쑥을 먹으라고 하였다. 호랑이는 포기하였지만 곰은 여인이 되었고 환웅은 그 여인과 혼인하여 단군왕검을 낳았다.

지금은 매년 10월 3일 마니산에서 고조선 건국일인 개천절을 경축한다.

고조선 ก่อตั้งขึ้นเมื่อ 2333 ปีก่อนคริสตกาลโดย 단군왕검

단군 หมายถึงผู้นำทางศาสนา ส่วน 왕검 หมายถึงผู้นำทางการเมือง

ตามหนังสือประวัติศาสตร์ 삼국유사 ราชาแห่งสวรรค์ 환인 ได้ส่งลูกชายของเขา

ที่มีชื่อว่า 환웅 มายังโลกมนุษย์

ซึ่งต่อมา 환웅 ได้สร้างเมือง 신시 บนภูเขา 태백산

วันหนึ่ง 환웅 ได้บอกหมีกับเสือที่อยากเป็นมนุษย์ว่า ให้กินกระเทียมกับหญ้า

และอยู่แต่ในถ้ำเป็นเวลา 100 วัน

อย่างไรก็ตาม เสือเป็นฝ่ายยอมแพ้ไปก่อน ส่วนหมีที่ไม่ยอมแพ้จึงได้กลายเป็นผู้หญิง

ซึ่งต่อมาได้แต่งงานกับ 환웅 และให้กำเนิด 단군왕검 ขึ้นนั่นเอง

จนถึงทุกวันนี้ ในวันที่ 3 ตุลาคมของทุกปี จะมีการเฉลิมฉลองวันก่อตั้ง 고조선 ที่ภูเขา 마니산

▶▶ 추가하면 좋을 문장
고조선의 건국이념은 〈홍익인간〉이며 뜻은 널리 인간세계를 이롭게 한다는 뜻이다.

▷▷ 응용
한국의 역사, 한국의 신화, 한국의 국경일

ผู้นำทางศาสนา 종교지도자	ผู้นำทางการเมือง 정치지도자	ราชาแห่งสวรรค์ 하늘의 왕
ยอมแพ้ 포기하다	ให้กำเนิด 아이를 낳다	เฉลิมฉลอง 경축하다

51

22. 삼국시대

4~7세기 한반도에는 고구려, 백제, 신라 세 개의 나라가 있었다.
세 나라는 때로는 서로 싸우기도 하고 때로는 협력하기도 하였다.

고구려는 주몽에 의해 세워졌다. 한반도의 북쪽에 있었으며 세 나라 중 가장 크다.
고구려의 문화는 강하고 활기차며 광개토대왕과 장수왕이 고구려의 대표적인 왕이다.
고구려는 668년 신라에 의해 멸망하였다.

백제는 온조에 의해 세워졌다. 한반도 남서쪽에 위치하였고 약 700여 년의 역사를 가지고 있다. 백제는 중국, 일본과 많은 문화교류가 있었고 일본에 불교를 전파하였다. 백제는 660년 신라에 의해 멸망하였다.

신라는 박혁거세에 의해 세워졌다. 한반도 남동쪽에 위치하였으며, 약 1,000년의 역사를 가지고 있다. 경주는 신라의 수도이며 불교문화의 중심이었다. 신라는 935 고려에 의해 멸망하였다.

ในช่วงประมาณศตวรรษที่ 4 ถึง 7 มีสามราชอาณาจักรอันได้แก่ 고구려 백제 และ신라
ตั้งอยู่ในคาบสมุทรเกาหลี
ทั้งสามราชอาณาจักรนี้บางครั้งก็ต่อสู้กันแต่บางครั้งก็ร่วมมือกัน

อาณาจักร 고구려 ก่อตั้งโดย 주몽
ตั้งอยู่ทางทิศเหนือของเกาหลีและมีขนาดใหญ่ที่สุดในสามราชอาณาจักร
วัฒนธรรมของอาณาจักร 고구려 นั้นแข็งแกร่งและทรงพลัง
พระเจ้า 광개토대왕 และ พระเจ้า 장수왕 นั้นเป็นกษัตริย์ที่ยิ่งใหญ่ที่สุด
แห่งอาณาจักร 고구려
ต่อมาอาณาจักร 고구려 ถูกทำลายโดยอาณาจักร 신라 ในปี ค.ศ. 668

อาณาจักร 백제 ก่อตั้งโดย 온조 ตั้งอยู่ทางทิศตะวันตกเฉียงใต้ของเกาหลี
และมีประวัติศาสตร์อันยาวนานถึง 700 ปีด้วยกัน

อาณาจักร 백제 มีการแลกเปลี่ยนวัฒนธรรมกับจีนและญี่ปุ่นมากมาย
อีกทั้งยังได้ถ่ายทอดพุทธศาสนาให้กับญี่ปุ่นอีกด้วย
ต่อมาอาณาจักร 백제 ถูกทำลายโดยอาณาจักร 신라 ในปี ค.ศ. 660

อาณาจักร 신라 ก่อตั้งโดย 박혁거세
ตั้งอยู่ทางทิศตะวันออกเฉียงใต้ของเกาหลี และมีประวัติศาสตร์อันยาวนานกว่า
1,000 ปีด้วยกัน

โดยมี 경주 เป็นเมืองหลวงของอาณาจักร 신라
อีกทั้งยังเป็นศูนย์กลางของวัฒนธรรมพุทธศาสนา
ต่อมาอาณาจักร 신라 ถูกทำลายโดยราชวงศ์ 고려 ในปี ค.ศ. 935

▶▶ 추가하면 좋을 문장
삼국 이외에 가야왕국이 있었고, 신라가 삼국을 통일한 후 통일신라와 발해의 남북국 시대가 이어졌다.

▷▷ 응용
한국의 역사, 경주역사유적지구, 백제역사유적지구

คาบสมุทรเกาหลี 한반도　　　　แข็งแกร่ง 강력하다　　　　ทรงพลัง 힘차다
ประวัติศาสตร์ 역사　　　　เมืองหลวง 수도　　　　ถ่ายทอด 전승하다
การแลกเปลี่ยนวัฒนธรรม 문화교류　　　　ศูนย์กลาง 중심, 중추

---

23. 세종대왕

세종대왕은 한국인이 가장 존경하는 왕이며 조선의 4번째 임금이다.
1446년 한글 〈훈민정음〉을 창제하였다. 세종대왕은 백성을 사랑하는 왕이었고 과학, 농업, 국방, 예술에 관련된 많은 발명을 지원하였다. 해시계(앙부일구), 물시계(자격루), 측우기, 혼천의, 세종실록지리지, 보태평, 정대업 등이 남아 있다. 만 원권 지폐에서 세종대왕의 모습을 볼 수 있으며 광화문 광장에 세종대왕상과 〈세종이야기〉 박물관이 있다.

พระเจ้าเซจงมหาราชเป็นกษัตริย์ที่คนเกาหลีเคารพมากที่สุด เป็นกษัตริย์องค์ที่ 4 แห่งราชวงศ์โชซอน
ในปี ค.ศ.1446 พระเจ้าเซจงได้ประดิษฐ์ตัวอักษรภาษาเกาหลี 훈민정음 ขึ้น
พระเจ้าเซจงทรงรักประชาชนมาก
พระองค์ได้สนับสนุนการประดิษฐ์มากมายที่เกี่ยวกับวิทยาศาสตร์ การเกษตร การป้องกันประเทศ ศิลปะ ฯลฯ
อย่างเช่น นาฬิกาแดด 앙부일구, นาฬิกาน้ำ 자격루, 측우기, 혼천의,
หนังสือ 세종실록지리지, เพลง 보태평, เพลง 정대업 ฯลฯ อีกมากมาย
เราจะเห็นภาพวาดใบหน้าของพระเจ้าเซจงได้ในธนบัตร 10,000 วอน
อีกทั้งยังสามารถชมรูปปั้นของพระเจ้าเซจงและพิพิธภัณฑ์ 세종이야기
ที่จัดแสดงเรื่องราวของพระองค์ได้ที่จัตุรัส 광화문 อีกด้วย

▶▶ 추가하면 좋을 문장
경복궁 서쪽에 위치한 서촌한옥마을은 세종대왕이 탄생한 곳으로 세종마을로 불린다.

▷▷ 응용
가장 존경하는 한국의 위인 소개, 훈민정음 해례본(유네스코 세계기록유산)

ประดิษฐ์ 발명하다　ตัวอักษรภาษาเกาหลี 한글　วิทยาศาสตร์ 과학
การเกษตร 농경　ธนบัตร 지폐

24. 이순신

이순신은 한국인이 가장 존경하는 조선시대 수군 장군이다. 거북선을 만들어 1592년 임진왜란에서 많은 승리를 거뒀다. 거북선은 용의 머리를 가진 거북이 모양의 전투선이다.

이순신이 임진왜란 중에 남긴 7권의 난중일기는 2013년 유네스코 세계기록유산으로 등재되었다.

서울 광화문 광장에 이순신 동상과 〈충무공이야기〉박물관이 있다.

이순신 เป็นนายพลทหารเรือในสมัยราชวงศ์โชซอนที่คนเกาหลีเคารพมากที่สุด

เนื่องจากเขาได้สร้างเรือเต่า 거북선 ขึ้น จึงทำให้ได้รับชัยชนะมากมาย

ในสงครามกับญี่ปุ่น 임진왜란 ในปี ค.ศ.1592

เรือเต่านั้นมีลักษณะเป็นเรือรบรูปเต่าที่มีหัวเป็นมังกร

นอกจากนี้ สมุดบันทึกทั้งเจ็ดเล่ม ภาษาเกาหลีเรียกว่า 난중일기

ที่เขียนขึ้นในช่วงสงครามกับญี่ปุ่น 임진왜란

นั้นยังได้รับการขึ้นทะเบียนเป็นความทรงจำแห่งโลกโดยองค์การ UNESCO ในปี ค.ศ.

2013 อีกด้วย

เราสามารถชมรูปปั้นของนายพล 이순신 และพิพิธภัณฑ์ 충무공이야기 ได้ที่จัตุรัส 광화문

ในกรุงโซลนั่นเอง

▶▶ 추가하면 좋을 문장
100원 동전에서 이순신 장군의 모습을 볼 수 있다.

▷▷ 응용
존경하는 한국의 위인은? 한국영화 한 편을 추천하시오 〈명량〉.
유네스코 세계기록유산 중 하나를 설명하시오.

นายพล 장군	ได้รับชัยชนะ 승리를 거두다	สมุดบันทึก 일기장
พิพิธภัณฑ์ 박물관	จัตุรัส 광장	

25. 한국의 가족문화

가족은 한국 사회의 기본구성이다. 어릴 때부터 가족문화를 통해 한국의 문화와 전통을 배운다.
조선시대의 유교는 한국 사회와 문화에 많은 영향을 주었다. 특히 중요한 유교문화 중 하나는 부모님
과 어른을 공경하는 것이다. 우리는 이것을 〈효〉라고 부른다.
오늘날에도 남아 있는 유교 전통은 설날과 추석에 고향으로 돌아가 조상에게 차례를 지내고, 어른에게
존댓말을 하고, 어른이 식사를 먼저 하기를 기다리는 것 등이다. 유교의 전통은 가족간의 유대감을 강
하게 해준다.

ครอบครัวเป็นส่วนประกอบพื้นฐานของสังคมเกาหลี
ตั้งแต่เด็กเราเรียนรู้วัฒนธรรมและประเพณีของเกาหลีผ่านทางวัฒนธรรมครอบครัว
ลัทธิขงจื๊อในสมัยราชวงศ์โชซอนนั้น มีอิทธิพลอย่างมากต่อสังคม
และวัฒนธรรมเกาหลี
โดยเฉพาะการเคารพพ่อแม่และผู้ใหญ่ หรือที่เราเรียกว่า "효" นั่นเอง
จนถึงปัจจุบันนี้ วัฒนธรรมครอบครัวที่ได้รับอิทธิพลจากขงจื๊อ ไม่ว่าจะเป็น
การกลับไปเยี่ยมบ้านเกิดในวันปีใหม่ 설날 หรือในช่วงเทศกาล 추석
การพูดจาสุภาพกับผู้ใหญ่ การรอให้ผู้ใหญ่รับประทานอาหารก่อน ฯลฯ
ทั้งหมดล้วนเป็นการกระชับความสัมพันธ์ในครอบครัวให้แน่นแฟ้นยิ่งขึ้น

▶▶ 추가하면 좋을 문장
지금은 3대가 함께 사는 대가족을 보기 어렵지만 여전히 가족문화는 한국인에게 중요하다.
가이드로서 한국의 유교문화와 가족문화가 낯선 외국인에게 우리의 문화를 잘 설명해야 한다.

▷▷ 응용
한국의 유교, 삼강오륜, 한국의 예절

ส่วนประกอบพื้นฐาน 기본구성	ประเพณี 전통, 관습	บ้านเกิด 고향
การพูดจาสุภาพ 공손하게 말하는 것	การกระชับความสัมพันธ์ 유대감 강화	
แน่นแฟ้น 견고하다, 밀접하다		

26. 전통혼례와 폐백

한국에서 혼례는 가장 큰 가족 행사이다. 조선시대에는 신랑이 신부집으로 가서 혼례를 올렸다. 혼례를 위해 많은 음식을 준비하고 이웃을 초대한다. 신랑신부는 예복을 입고 여러 번 절을 하고 술을 나누어 마신다. 요즘 한국인들은 서양식 결혼식을 선호하지만 신랑신부와 그 부모님은 지금도 전통한복을 입는다.

신랑과 신부는 결혼식이 끝난 후 신랑의 집에서 폐백을 드린다. 신랑의 부모님께 절을 하면 신랑의 부모님은 밤과 대추를 던지는데 그것은 신랑신부가 자녀를 많이 낳고 행복하기를 기원하는 것이다.

ในเกาหลีงานแต่งงานเป็นงานครอบครัวที่ยิ่งใหญ่ที่สุด

ในสมัยราชวงศ์โชซอนเจ้าบ่าวจะไปบ้านเจ้าสาว

และจะจัดงานแต่งงานขึ้นที่บ้านเจ้าสาว

ซึ่งเราจะเตรียมอาหารไว้มากมายสำหรับงานแต่งงาน

อีกทั้งยังเชิญคนในหมู่บ้านมาร่วมแสดงความยินดีอีกด้วย

ในวันแต่งงาน เจ้าสาวและเจ้าบ่าวจะสวมชุดแต่งงานพื้นบ้าน ต้องคำนับหลายครั้ง

และดื่มเหล้าร่วมกัน

อย่างไรก็ตาม ปัจจุบันคนเกาหลีนิยมจัดงานแต่งงานตามแบบตะวันตก

แต่เจ้าสาวเจ้าบ่าวและพ่อแม่ของเจ้าสาวเจ้าบ่าวบางคนก็ยังคงสวมชุดฮันบก

แบบดั้งเดิมอยู่

หลังจากเสร็จสิ้นพิธีแต่งงานแล้ว เจ้าบ่าวและเจ้าสาวจะไปเข้าร่วมพิธี 폐백

ที่บ้านของเจ้าบ่าว

เมื่อคำนับพ่อแม่ของเจ้าบ่าวแล้ว พ่อแม่ของเจ้าบ่าวจะโยนเกาลัดและพุทราให้

เราเชื่อว่าการกระทำดังกล่าวเป็นการขอพรให้เจ้าบ่าวและเจ้าสาวมีลูกเยอะ ๆ

และทำให้ชีวิตครอบครัวมีความสุข

▶▶ 추가하면 좋을 문장

관광객은 한국민속촌에서 전통혼례 관람 및 체험을 할 수 있다.

▷▷ 응용

한국의 가족문화, 한복

งานแต่งงาน 결혼식   แสดงความยินดี 축하하다   คำนับ 절하다

แบบตะวันตก 서양식   การขอพร 기원, 기도

27. 한국의 설 명절

설날은 새해의 첫날이며 한국의 큰 명절 중 하나이다.

매년 음력 1월 1일에 고향을 방문하고 온가족이 모인다. 이른 아침 산소에서 차례를 지내고, 떡국을 먹고, 한복을 입으며 부모님께 세배를 드린다. 또한 연날리기, 제기차기, 농악, 윷놀이 같은 전통놀이를 즐긴다.

설날 คือวันขึ้นปีใหม่ของเกาหลี

นับเป็นหนึ่งในเทศกาลวันหยุดที่ยิ่งใหญ่ที่สุดของประเทศเกาหลี

ทุกๆ ปีในวันที่ 1 มกราคมตามปฏิทินจันทรคติ

เราจะกลับบ้านเกิดเพื่อไปเยี่ยมครอบครัว

ในตอนเช้าตรู่ เราจะไปทำพิธีไหว้บรรพบุรุษที่สุสาน

แล้วก็กินซุป 떡국 ใส่ชุดฮันบก แล้วจึงทำพิธีคำนับพ่อแม่

นอกจากนี้ในวันขึ้นปีใหม่ของเกาหลี คนเกาหลียังเล่นการละเล่นพื้นบ้าน เช่น 연날리기

제기차기 농악 และ 윷놀이 อีกด้วย

▶▶ 추가하면 좋을 문장

새해 첫 날에 입는 새 옷을 설빔이라고 한다. 세배를 마치면 세뱃돈과 덕담을 나눈다.

제주 성산일출봉, 부산 해동용궁사, 포항 호미곶은 새해 첫 일출을 보러 많은 관광객이 방문한다.

▷▷ 응용

추석 (음력 8월15일, 송편, 강강술래, 풍요를 기원) 단어 바꿈

วันขึ้นปีใหม่ 새해 첫날　　ปฏิทินจันทรคติ 음력　　เยี่ยม 방문하다

สุสาน 산소, 묘지　　การละเล่นพื้นบ้าน 민속놀이

28. 한복

한복은 한국의 전통 의상이다. 남자는 저고리에 바지를 입고 여자는 저고리에 치마를 입는다.

한복은 직선과 곡선이 조화롭고 아름다우며 옛 조상들은 주로 흰색의 한복을 즐겨 입었다.

요즘은 명절이나 결혼식과 같은 특별한 날에 한복을 입는다.

최근 외국인 관광객이 한복을 입고 고궁에서 사진 찍는 모습을 많이 볼 수 있다.

한복 เป็นเครื่องแต่งกายแบบดั้งเดิมของประเทศเกาหลี

ผู้ชายจะใส่กางเกงกับเสื้อคลุม 저고리 ส่วนผู้หญิงจะใส่กระโปรงกับเสื้อคลุม 저고리

โครงชุดฮันบกที่มีลักษณะเป็นเส้นตรงกับเส้นโค้งนั้นมีความกลมกลืนกัน ดูสวยงาม

ซึ่งคนเกาหลีในสมัยก่อนนิยมใส่ชุดฮันบกสีขาว

ปัจจุบันเรามักสวมใส่ 한복 ในโอกาสพิเศษต่างๆ เช่น วันหยุดเทศกาลหรือ

ในงานแต่งงาน

โดยในปัจจุบันนี้ นักท่องเที่ยวชาวต่างชาติมักจะสวมชุด 한복

เข้าไปถ่ายรูปในพระราชวังกันนั่นเอง

▶▶ 추가하면 좋을 문장

최근 역사 드라마와 한류의 영향으로 많은 외국인이 전통한복에 관심을 갖게 되었다.

한복을 입으면 고궁 입장료가 무료이다.

▷▷ 응용

한국의 문화, 외국인의 한국체험, 퓨전한복에 대한 의견, 한류

เครื่องแต่งกาย 복장, 의상	ในโอกาสพิเศษ 특별한 날에	ถ่ายรูป 사진을 찍다
เส้นตรงกับเส้นโค้ง 직선과 곡선	นักท่องเที่ยวชาวต่างชาติ 외국인 관광객	

29. 한옥

한옥은 한국의 전통 가옥이다. 초가집과 기와집이 있으며 초가집은 평민이 살았고 기와집은 양반이 살았다. 한옥은 돌, 나무, 종이, 흙으로 만들어 자연 친화적이다. 보통 단층으로 만들고 지방마다 가옥 형태가 다르다. 크게 남자를 위한 공간인 바깥채, 여자를 위한 공간인 안채, 그리고 부엌으로 구성되어 있다. 지금은 안동하회마을, 진주한옥마을, 남산골한옥마을에서 많은 전통한옥을 볼 수 있다.

한옥 เป็นบ้านพื้นเมืองของเกาหลี

แบ่งเป็น 2 ประเภทคือ บ้านมุงจาก กับ บ้านปูกระเบื้อง

โดยคนธรรมดาจะอาศัยอยู่ในบ้านมุงจาก

ส่วนขุนนางจะอาศัยอยู่ในบ้านปูกระเบื้องนั่นเอง

한옥 นั้นเป็นมิตรกับสิ่งแวดล้อมเพราะทำด้วยหิน ต้นไม้ กระดาษ ดิน เป็นต้น

ซึ่ง 한옥 มักจะมีชั้นเดียว และมีลักษณะแตกต่างกันตามภูมิภาคต่างๆ

โดยพื้นที่ด้านนอกของ 한옥 มีไว้สำหรับผู้ชาย เราเรียกว่า 바깥채

ส่วนพื้นที่ด้านในมีไว้สำหรับผู้หญิง เรียกว่า 안채 นอกจากนี้ยังมีห้องครัวแยกต่างหาก

อีกด้วย

ปัจจุบันคุณสามารถไปเยี่ยมชม 한옥 ได้ที่หมู่บ้าน 안동하회 หมู่บ้าน 전주한옥

และหมู่บ้าน 남산골한옥

▶▶ 추가하면 좋을 문장
겨울에는 온돌을 이용하여 난방하고 여름에는 대청마루를 이용하여 집을 시원하게 한다.

▷▷ 응용
온돌, 한옥마을, 외국인에게 추천할 체험, 한옥스테이

บ้านพื้นเมือง 전통집	บ้านมุงจาก 초가집	บ้านปูกระเบื้อง 기와집
เป็นมิตรกับสิ่งแวดล้อม 친환경	แยกต่างหาก 따로, 분리되어	

30. 온돌

온돌은 약 1,000년 전 고구려 시대부터 사용된 한국의 전통 난방 시스템이다.

온돌은 '따뜻한 돌'이란 뜻이다. 겨울에 부엌에서 불을 지피고 바닥을 통해 각 방에 열을 보내면 그 열이 방바닥을 따뜻하게 만든다. 온돌은 아궁이, 구들장, 부넘기, 고래, 개자리, 굴뚝 등으로 이루어져 있다. 오늘날에도 한국은 온돌 난방을 많이 사용하고 있다.

온돌 เป็นระบบทำความร้อนแบบดั้งเดิมของเกาหลีที่มีมาตั้งแต่สมัย 고구려 เมื่อ ประมาณ 1,000 ปีที่แล้ว

온돌 มีความหมายว่า หินที่อบอุ่น

ในช่วงฤดูหนาว เราจะจุดไฟในห้องครัว

ความร้อนจากไฟที่จุดขึ้นจะถูกส่งไปยังห้องอื่นๆผ่านทางพื้น และทำให้ พื้นห้องอุ่นขึ้นได้

온돌 ประกอบด้วย 아궁이 구들장 부넘기 고래 개자리 굴뚝 ฯลฯ

ที่เกาหลีเรายังคงใช้ระบบพื้นร้อน 온돌 มาจนถึงทุกวันนี้

▶▶ 추가하면 좋을 문장

방바닥을 따뜻하게 하는 온돌 때문에 한국은 앉아서 생활하는 좌식문화가 발달했다.

▷▷ 응용

한옥의 특징, 한옥마을, 한국의 좌식문화

ระบบทำความร้อน 난방시스템   อบอุ่น 따뜻하다   จุดไฟ 불을 때다

ผ่านทางพื้น 바닥을 통과하다   ประกอบด้วย ~로 구성되다

---

31. 한지

한지는 한국의 전통 종이이다. 한지는 닥나무 속껍질이 부드러워질 때까지 찌고 말려서 만든다. 한지는 책, 그림, 부채뿐만 아니라 한옥의 바닥, 창문, 방문을 만들 때도 쓰였다. 또한 한지는 온도와 습도의 조절을 돕는다. 최근 프랑스 루브르 박물관에서 오래된 가구를 복원하는 작업에 한지를 사용했다. 전라북도 전주에 한지 박물관이 있다.

한지 เป็นกระดาษพื้นเมืองของประเทศเกาหลีที่ทำมาจากเปลือกไม้ด้านในของต้นโอ๊ค นำมานึ่งจนนิ่ม แล้วนำไปตากแห้งในถาด

한지 ไม่เพียงแต่นำมาใช้ทำหนังสือ รูปภาพ พัด แต่ยังใช้ทำพื้นบ้าน หน้าต่าง และประตูของบ้านพื้นเมืองเกาหลี หรือ 한옥 นั่นเอง

อีกทั้งกระดาษ 한지 ยังช่วยควบคุมอุณหภูมิและความชื้นได้อีกด้วย

ที่พิพิธภัณฑ์ลูฟวร์ในฝรั่งเศสยังได้นำกระดาษ 한지 ไปใช้ในการฟื้นฟูเฟอร์นิเจอร์เก่าๆ

ซึ่งในเกาหลีมีพิพิธภัณฑ์กระดาษ 한지 อยู่ในเมือง 전주 ภูมิภาค 전라북도 นั่นเอง

▶▶ 추가하면 좋을 문장
한지를 만드는 순서는 '닥나무 채취-닥무지(찌기)-껍질 벗기기-삶기-씻기-두드리기-한지뜨기-말리기-다듬기-다리기'이다.

▷▷ 응용
한옥이 왜 자연 친화적인가?
전주의 관광지, 외국인 관광객에게 추천할 기념품

กระดาษ 종이	เปลือกไม้ด้านใน 나무 속껍질	นึ่งจนนิ่ม 부드러울 때까지 찌다
ตากแห้งในถาด 틀에 말리다		ฟื้นฟู 복원하다, 복구하다

32. 한식

한식은 한국의 전통 음식이다. 보통 밥, 국, 김치와 여러 가지 반찬으로 구성되어 있다.
한식은 김치, 된장, 간장, 고추장과 같은 발효음식이 많은 것이 특징이다. 발효음식은 소화가 잘되고 면역력을 높이는데 도움을 준다. 한식은 채소 위주의 음식이 많아 신선하며 건강에 좋다.
외국인이 좋아하는 한식은 불고기, 삼계탕, 비빔밥 등이 있다.

한식을 세계에 널리 알리는 방법은 다음과 같다.
1. 외국인을 위해 너무 짜거나 맵지 않게 만들어야 한다.
2. 한식을 소개하는 방송, SNS 콘텐츠를 다양하게 만들어 홍보해야 한다.
3. 한식 페스티벌, 쿠킹 클래스를 통해 외국인이 한식을 경험할 기회를 제공해야 한다.

한식 เป็นอาหารดั้งเดิมของเกาหลี
ซึ่งโดยปกติแล้ว 한식 จะประกอบไปด้วย ข้าว ซุป กิมจิ และ
เครื่องเคียงหลายอย่างด้วยกัน
ลักษณะเฉพาะของอาหารเกาหลีคือมักจะมีอาหารประเภทหมักดองเยอะ เช่น กิมจิ
เต้าเจี้ยว 된장 ซีอิ๊ว 간장 ซอส 고추장 เป็นต้น
อาหารหมักดองช่วยในการย่อยอาหารและเสริมภูมิคุ้มกันให้แก่ร่างกาย
เนื่องจากอาหารเกาหลีประกอบไปด้วยผักเป็นส่วนใหญ่ จึงสดใหม่และดีต่อสุขภาพ
อาหารเกาหลีที่ชาวต่างชาติชื่นชอบนั้น ได้แก่ 불고기 삼계탕 비빔밥 ฯลฯ

เพื่อเป็นการเผยแพร่อาหารเกาหลีไปทั่วโลกนั้น เรามีวิธีดังนี้
1. ต้องปรุงอาหารให้ไม่เค็มหรือเผ็ดจนเกินไป ชาวต่างชาติจะได้ทานได้
2. สร้าง contents เกี่ยวกับอาหารเกาหลีจำนวนมากผ่านช่องทาง SNS ต่างๆ
3. เปิดโอกาสให้ชาวต่างชาติได้สัมผัสประสบการณ์อาหารเกาหลี
ผ่านเทศกาลอาหารเกาหลี หรือการเรียนทำอาหาร cooking class เป็นต้น

▶▶ 추가하면 좋을 문장

최근 한류의 영향으로 외국인이 한식에 많은 관심을 가지고 있다.

한국은 뚜렷한 사계절이 있어 다양한 계절 음식과 과일이 있다.

▷▷ 응용

한식의 세계화 방안, 외국인의 한국체험, 한식의 특징

외국인에게 한식을 추천한다면?

เครื่องเคียง 반찬	ลักษณะเฉพาะ 특징	อาหารหมักดอง 발효음식
การย่อยอาหาร 소화	เผยแพร่ 널리 알리다	ประสบการณ์ 경험

33. 비빔밥과 삼계탕

비빔밥은 색이 아름답고 건강에 좋은 한국음식이다. 밥 위에 여러 가지 색의 나물을 담고 고추장과 참기름을 넣어 비벼 먹는다. 지역에 따라 들어가는 재료가 다른데 특히 고기를 넣은 전주비빔밥이 유명하다.

삼계탕은 닭과 인삼으로 만든 한국의 보양음식이다. 한국인은 여름에 더위를 이겨 내기 위해 뜨거운 삼계탕을 먹는다. 만드는 방법은 35일 정도 자란 어린 닭의 배 속에 인삼, 찹쌀, 대추, 밤 등을 넣고 맑은 국물과 함께 끓인다. 보통 검은색 뚝배기에 끓여 먹는다.

비빔밥 เป็นอาหารเกาหลีที่มีสีสันสวยงามและดีต่อสุขภาพ

เราจะใส่ผักหลากสีสันลงบนข้าว และก่อนรับประทานจะต้องคลุกด้วยซอส 고추장

กับน้ำมันงาให้เข้ากันจนทั่ว

ซึ่งส่วนผสมของ 비빔밥 นั้นจะแตกต่างกันไปตามภูมิภาค

โดยเฉพาะ 전주비빔밥 นั้นจะขึ้นชื่อมากเพราะใส่เนื้อวัวลงไปด้วย

삼계탕 เป็นอาหารเกาหลีที่ทำมาจากไก่และโสม นับเป็นอาหารบำรุงสุขภาพอย่างหนึ่ง

ชาวเกาหลีกิน 삼계탕 ร้อนๆ เพื่อคลายความร้อนในช่วงฤดูร้อน

โดยวิธีการทำ 삼계탕 นั้น อย่างแรกต้องเลือกไก่ที่ยังไม่แก่ อายุราวๆ 35 วันมาทำ

จากนั้นยัดโสม ข้าวเหนียว พุทราและเกาลัดลงไปในท้องไก่ที่เตรียมไว้

ซึ่งโดยปกติแล้ว เราจะรับประทาน 삼계탕 ในหม้อหินร้อนสีดำแบบเกาหลี

▶▶ 추가하면 좋을 문장
주로 한 여름 가장 더운 날인 초복, 중복, 말복날에 삼계탕을 먹는다.
닭은 친숙한 식재료고 맵지 않기 때문에 외국인 관광객이 좋아한다.

▷▷ 응용
인삼에 대해 설명하시오. 채식주의자 관광객이 있다면 어떤 음식을 추천할 것인가?

ดีต่อสุขภาพ 몸에 좋다	คลุก 섞다, 혼합하다	ขึ้นชื่อ 유명하다
อาหารบำรุงสุขภาพ 보양음식	คลายความร้อน 더위를 내리다.	

34. 인삼

인삼은 사람 모양의 뿌리식물이다. 한국의 인삼은 사포닌 함량이 높아 세계적인 품질로 인정받는다. 사포닌은 면역강화를 돕고, 피를 맑게 해주고, 노화방지와 항암치료에 좋다.

알맞은 흙, 온도, 강수량(비) 때문에 강화, 풍기, 금산 지역의 인삼이 유명하다. 매년 강화, 풍기, 금산 지역에서 인삼축제가 열린다.

โสมมีลักษณะเป็นรากพืชที่มีรูปร่างเหมือนมนุษย์

โสมเกาหลีถือว่ามีคุณภาพดีที่สุดในโลกเพราะว่ามีสารซาโปนินเป็นจำนวนมาก

ซึ่งสารซาโปนินนั้นมีสรรพคุณในการช่วยเสริมภูมิคุ้มกันให้แก่ร่างกาย

ล้างสารพิษในเลือด ช่วยชะลอวัย อีกทั้งยังรักษาโรคมะเร็งได้อีกด้วย

โสมจากเมือง 강화 풍기 และ 금산 มีชื่อเสียงมาก เนื่องจากที่นั่นมีสภาพดิน อุณหภูมิและฝนที่เหมาะสม

โดยที่เกาหลีมีเทศกาลโสมจัดขึ้นทุกปีที่เมือง 강화 풍기 และ 금산

▶▶ 추가하면 좋을 문장

예로부터 한국의 인삼이 유명해서 고려인삼이라고 부른다.

▷▷ 응용

삼계탕, 외국인 관광객에게 추천할 한국의 기념품

รากพืช 뿌리식물	คุณภาพ 품질	สรรพคุณ 약효
เสริมภูมิคุ้มกัน 면역을 강화하다	โรคมะเร็ง 암	อุณหภูมิ 기온

35. 궁중요리

궁중요리는 조선시대 왕과 왕가를 위한 전통 음식이다.
궁중요리는 각 지방에서 가져온 가장 좋은 식재료를 이용하여 만들었다.
궁궐의 수라간 또는 소주방에서 음식을 만들며 왕의 음식상을 '수라상'이라고 부른다.
수라상은 밥과 국, 김치 그리고 12가지 다양한 반찬으로 이루어져 있다.

อาหารชาววังเป็นอาหารแบบดั้งเดิมสำหรับกษัตริย์และราชวงศ์ในสมัยราชวงศ์โชซอน ซึ่งอาหารชาววังนั้นจะต้องทำด้วยวัตถุดิบที่ดีที่สุดจากในแต่ละภูมิภาค และจะต้องปรุงรสในครัวของพระราชวังที่เรียกว่า 수라간 หรือ 소주방 โดยโต๊ะอาหารสำหรับกษัตริย์นั้น เราเรียกเป็นภาษาเกาหลีว่า 수라상 นั่นเอง ซึ่ง 수라상 จะประกอบไปด้วยข้าว ซุป กิมจิ และเครื่องเคียง 12 อย่างด้วยกัน

▶▶ 추가하면 좋을 문장

전통적으로 왕이 수라를 들기 전에 상궁이 음식을 먼저 먹어본다.

▷▷ 응용

한식, 한식의 세계화 방안, 한국의 궁중문화

อาหารชาววัง 궁중요리	วัตถุดิบ 재료
แต่ละภูมิภาค 각 지방	ปรุงรส 맛을 내다, 음식을 만들다

36. 가야금과 거문고

가야금과 거문고는 나무와 견사로 만들어진 한국의 전통 현악기다.

삼국사기에 따르면 가야금은 가야국의 우륵이 만들었다. 12줄 현을 손가락으로 연주하며, 소리는 부드럽고 여성스럽다.

거문고는 고구려의 왕산악이 만들었다. 6줄 현을 대나무 막대기(술대)로 연주한다. 거문고 소리는 강하고 남성스럽다.

가야금 และ 거문고 เป็นเครื่องสายพื้นบ้านของเกาหลีที่ทำมาจากไม้และเส้นไหม

ตามหนังสือประวัติศาสตร์ 삼국사기 เครื่องดนตรี 가야금 นั้นประดิษฐ์โดย 우륵

แห่งราชวงศ์ 가야

ซึ่ง 가야금 นั้นมี 12 สายและบรรเลงโดยใช้นิ้วมือ

가야금 นั้นมีเสียงที่อ่อนหวานและนุ่มนวลมาก

ส่วน 거문고 ประดิษฐ์โดย 왕산악 แห่งราชวงศ์ 고구려

มีทั้งหมด 6 สายและบรรเลงโดยใช้ไม้ไผ่

โดยเสียงของ 거문고 นั้นค่อนข้างดังและหนักแน่น

▶▶ 추가하면 좋을 문장

가야금은 기악 독주곡인 가야금산조 뿐만 아니라 가곡(유네스코 인류무형문화유산), 민속 관현악 등에 반주악기로 쓰인다.

▷▷ 응용

한국의 전통음악

เครื่องสาย 현악기	เส้นไหม 견사 (실크)	บรรเลง 연주하다
อ่อนหวานและนุ่มนวล 우아하고 부드럽다		หนักแน่น 장중하다

37. 사물놀이

사물놀이는 한국의 전통 타악기 공연이다. 농악과 풍물놀이의 한 부분이며 무대 연주용으로 만들어졌다. 장구, 징, 꽹과리, 북 4가지 타악기를 연주한다. 장구, 징, 꽹과리, 북은 비, 바람, 번개, 구름을 상징한다. 한국의 김덕수 사물놀이 공연이 유명하다.

사물놀이 เป็นการแสดงเครื่องเคาะจังหวะพื้นบ้านของประเทศเกาหลี
โดย 사물놀이 เป็นส่วนหนึ่งของการแสดง 농악 และ 풍물놀이
และยังทำขึ้นเพื่อการแสดงคอนเสิร์ตใหญ่ๆอีกด้วย
การแสดง 사물놀이 ประกอบด้วยเครื่องดนตรีสี่ชิ้น ได้แก่ 장구 징 꽹과리 และ 북
ซึ่ง 장구 징 꽹과리 และ 북 นั้นเป็นสัญลักษณ์ของ ฝน ลม สายฟ้า และ เมฆ
โดยการแสดง 사물놀이 ของ 김덕수 นั้นนับว่ามีชื่อเสียงมากที่เกาหลี

▶▶ 추가하면 좋을 문장

사물놀이는 강렬한 타악기 리듬으로 이루어진 공연으로 신명 나고 명쾌하다

▷▷ 응용

한국의 전통음악, 한류

การแสดง 공연	ส่วนหนึ่ง 한 부분	คอนเสิร์ต 콘서트
ฝน ลม สายฟ้า เมฆ 비 바람 번개 구름	เครื่องดนตรีสี่ชิ้น 네가지 악기	

38. 탈춤

탈춤은 한국의 전통 가면극이며 대표적인 서민의 민속예술이다.

보통 큰 명절이나 축제에서 탈춤을 추었고 극의 내용은 부패한 양반이나 타락한 승려를 풍자하는 것이었다. 탈춤에 쓰이는 탈은 종이 또는 나무로 만들었다.

한국의 유명한 전통 탈춤은 통영오광대놀이, 봉산탈춤, 북청사자놀음, 하회별신굿탈놀이 등이 있다.

탈춤 คือระบำหน้ากากแบบพื้นบ้านของเกาหลี ซึ่งเป็นศิลปะพื้นบ้านของคนทั่วไป

ปกติเราจะแสดง 탈춤 ในวันหยุดเทศกาลต่างๆ

เนื้อหาของ 탈춤 ส่วนใหญ่มักจะเสียดสีขุนนางที่ทำการทุจริต

หรือพระสงฆ์ที่ผิดวินัย

หน้ากากที่ใช้ในการแสดง 탈춤 นั้นทำมาจากกระดาษหรือไม้

ระบำหน้ากากที่เป็นที่นิยมนั้น ได้แก่ 통영오광대놀이 봉산탈춤 북청사자놀음 하회별신굿탈놀이 เป็นต้น

▶▶ 추가하면 좋을 문장

반면에 신라시대부터 전해지는 처용무는 궁중연회에서 공연되는 탈춤이며 유네스코 인류무형문화유산 중 하나이다.

▷▷ 응용

한국의 전통예술, 외국인의 한국체험, 하회마을, 하회탈, 남사당놀이

ระบำหน้ากาก 탈춤	ศิลปะ 예술	คนทั่วไป 평민, 일반인
เสียดสี 풍자하다	การทุจริต 부정부패	ผิดวินัย 계율을 어기다

39. 하회탈

하회탈은 안동 하회마을의 전통 가면이다. 하회탈은 고려시대부터 전해져 왔으며 오리나무로 제작되었다. 주지, 각시, 중, 양반, 선비, 초랭이, 이매, 부네, 백정, 할미 등 배역에 따라 14가지 다양한 얼굴 모양이 있다.

하회별신굿탈놀이는 한국에서 가장 유명한 탈놀이로, 극의 내용은 부패한 양반과 타락한 승려를 풍자하는 것이다. 하회탈은 한국의 국보 중 하나이다.

หน้ากาก 하회 เป็นหน้ากากพื้นบ้านของหมู่บ้าน 안동하회 ในประเทศเกาหลี

ตกทอดมาจากสมัยราชวงศ์โครยอ

หน้ากาก 하회 นี้ทำจากต้น Alder tree

ซึ่งหน้ากาก 하회 มีทั้งหมด 14 ใบหน้าตัวละครด้วยกัน ได้แก่ 주지 각시 중 양반 선비 초랭이 이매 부네 백정 할미 เป็นต้น

โดยการละเล่น 하회별신굿탈놀이 เป็นที่นิยมมากที่สุดในบรรดาการละเล่นหน้ากากทั้งหมดในประเทศเกาหลี

ซึ่งการละเล่น 하회별신굿탈놀이 นั้นมีเนื้อหาค่อนข้างเสียดสีขุนนางที่ทำการทุจริต และพระสงฆ์ที่ผิดวินัย

โดยหน้ากาก 하회 นั้นเป็นหนึ่งในสมบัติแห่งชาติของประเทศเกาหลีอีกด้วย

▶▶ 추가하면 좋을 문장
현재 하회탈 11점(3개는 소실)과 병산탈 2점이 한국의 국보이다.

▷▷ 응용
하회마을, 한국의 탈춤, 하회별신굿 탈놀이, 안동국제탈춤페스티벌

หน้ากาก 탈	ตกทอด 대물림하다	ตัวละคร 등장인물
เป็นที่นิยม 인기 있다, 유명하다		พระสงฆ์ 승려

40. 택견과 태권도

택견과 태권도는 한국의 전통 무예다. 택견과 태권도는 손보다 발을 많이 사용하며, 공격보다 수비가 위주이다.

택견은 유연하고 부드러운 무예로 고구려 시대부터 전해져 왔다. 택견은 2011년 유네스코 인류무형문화유산에 등재되었다.

태권도는 힘차고 남성적인 무예로 크게 품새, 격파, 겨루기로 이루어져 있다. 태권도는 2000년 시드니 올림픽부터 올림픽 공식종목이 되었다.

택견 กับ 태권도 เป็นศิลปะการต่อสู้แบบพื้นบ้านของเกาหลี

โดย 택견 กับ 태권도 นั้นใช้เท้ามากกว่ามือ และเน้นที่การป้องกันมากกว่าการโจมตี

택견 เป็นศิลปะการต่อสู้ที่ยืดหยุ่นและนุ่มนวล เชื่อกันว่ามีมาตั้งแต่สมัย 고구려

ซึ่ง 택견 ได้รับการขึ้นทะเบียนเป็นมรดกทางวัฒนธรรมที่จับต้องไม่ได้จากองค์กร

UNESCO ในปี ค.ศ. 2011

ส่วน 태권도 นั้นเป็นศิลปะการต่อสู้ที่ทรงพลังและมีความแข็งแกร่งมาก

태권도 ประกอบไปด้วยการต่อสู้แบบ 품새 격파 และ 겨루기

ซึ่ง 태권도 นั้นได้กลายเป็น 1 ในกีฬาโอลิมปิคตั้งแต่โอลิมปิคที่ Sydney ในปี ค.ศ.

2000 เป็นต้นมาจนถึงปัจจุบัน

▶▶ 추가하면 좋을 문장

전라북도 무주에 국립태권도박물관이 있다.

▷▷ 응용

한국의 전통 스포츠, 유네스코 인류무형문화유산, 한류

ศิลปะการต่อสู้แบบพื้นบ้าน 전통무예	เน้น 강조하다	การโจมตี 공격
ยืดหยุ่น 유연하다	กีฬาโอลิมปิค 올림픽 종목	

41. 청자와 백자

청자는 세계에서 인정받은 아름다운 한국의 도자기다. 특히, 고려시대 청자가 유명한데 색은 옅은 녹색이며 매우 아름답다. 고려인들은 상감기법이라는 기술을 이용해 청자의 겉면에 그림을 새겼다. 전라남도 강진이 청자로 유명하며 고려청자박물관이 있다.
백자는 조선시대의 도자기다. 색은 흰색이며 깨끗하고 단순한 모양새는 유교의 정신을 상징한다. 경기도 이천, 여주, 광주가 백자로 유명하며 매년 도자기 축제가 열린다.

청자 นับเป็นเครื่องปั้นดินเผาที่สวยงามระดับโลก
โดยเฉพาะเครื่องลายคราม 청자 ในสมัยราชวงศ์ 고려 นั้นนับว่ามีชื่อเสียงมาก
เป็นพิเศษ โดยจะมีลักษณะเป็นสีเขียวอ่อนและงดงามมาก
ซึ่งชาว 고려 ใช้เทคนิคการแกะสลักลงบนพื้นผิวของเครื่องลายคราม 청자
โดยจังหวัด 강진 ในภูมิภาค 전라남도 มีชื่อเสียงในเรื่องเครื่องลายคราม 청자 มาก
นอกจากนี้ยังมีพิพิธภัณฑ์เครื่องลายคราม 청자 ในสมัย 고려 อีกด้วย
백자 เป็นเครื่องปั้นดินเผาในสมัยราชวงศ์โชซอน
มีสีขาว ลักษณะเรียบง่าย ดูสะอาดตา
ซึ่งลักษณะดังกล่าวถือเป็นสัญลักษณ์ของจิตวิญญาณของลัทธิขงจื้อ
จังหวัด 이천 여주 และ 광주ในภูมิภาค 경기도 นั้นมีชื่อเสียงในเรื่องเครื่องปั้นดินเผา 백자
อีกทั้งยังมีการจัดงานเทศกาลเครื่องปั้นเซรามิกทุกปีอีกด้วย

▶▶ 추가하면 좋을 문장

축제에서 관광객은 흙 밟기, 도자기 빚기 등 도자기 만드는 체험을 할 수 있다.

▷▷ 응용

외국인에게 한국 기념품을 추천한다면? 고려와 조선의 문화를 비교하시오. 한국의 축제

เครื่องปั้นดินเผา 도자기 เครื่องลายคราม 무늬가 있는 고대도자기 แกะสลัก 조각하다, 새기다
ภูมิภาค 지방, 지역 จิตวิญญาณของลัทธิขงจื้อ 유교의 정신

42. 십장생

십장생은 장수를 상징하는 10가지 상징물이며 거북이, 바위, 물, 사슴, 해, 달, 구름, 산, 소나무, 학 등 등이 있다.

조선시대 많은 그림과 건물에서 십장생을 찾아볼 수 있으며 경복궁 안 자경전의 굴뚝이 아름다운 십장생으로 유명하다.

십장생 หมายถึงสัญลักษณ์ 10 อย่างที่แสดงถึงการมีอายุยืนยาว
ได้แก่ เต่า หิน น้ำ กวาง ดวงอาทิตย์ ดวงจันทร์ เมฆ ภูเขา ต้นสน นกกระเรียน ฯลฯ
โดยในสมัยราชวงศ์โชซอน ภาพวาดและอาคารต่างๆมักจะมี 십장생 ประดับอยู่
โดยปล่องไฟของอาคาร 자경전 ในพระราชวัง 경복궁 นั้นมีชื่อเสียง เพราะมี 십장생
ที่สวยงามนั่นเอง

▶▶ 추가하면 좋을 문장
대나무, 불로초 등이 추가되기도 한다.

▷▷ 응용
조선시대 회화문화, 경복궁, 일월오악도

อายุยืนยาว 장수	กวาง 사슴	นกกระเรียน 학, 두루미
ประดับ 장식하다	ปล่องไฟ 굴뚝	

43. 솟대와 장승

삼국시대부터 전해지는 솟대는 새 모양의 장식이 있는 나무 기둥이다.

삼국시대에는 종교적 지역의 상징이었다. 마을 사람들은 나쁜 기운을 막고 풍년을 기원하기 위해 솟대를 마을 입구에 세워 두었다.

장승은 나무 또는 돌로 만든 사람 모습을 한 기둥이다.

지역에 따라 모양이 다른데, 남쪽 지방의 장승은 돌로 만들고 온화한 얼굴이며, 북쪽 지방의 장승은 나무로 만들고 무서운 얼굴을 하고 있다. 장승은 남녀를 상징하는 한 쌍으로 세운 곳도 있다.

솟대 เป็นเสาไม้สูงที่มีรูปนกด้านบน ตกทอดมาตั้งแต่สมัยสามราชอาณาจักร

ในช่วงสามราชอาณาจักร 솟대 เป็นสัญลักษณ์ของพื้นที่ทางศาสนา

ชาวบ้านมักสร้าง 솟대 ไว้ที่ทางเข้าหมู่บ้านเพื่อป้องกันสิ่งชั่วร้าย

และเพื่อเป็นการอธิษฐานให้มีผลผลิตที่ดี

ส่วน 장승 นั้นเป็นเสาที่ทำด้วยไม้หรือหินและมีหน้าคนประดับอยู่

โดย 장승 จะมีรูปร่างแตกต่างกันไปตามภูมิภาค

ปกติทางใต้ 장승 มักจะทำด้วยหินและมีใบหน้าที่อ่อนโยน

ส่วนทางเหนือ 장승 มักจะทำด้วยไม้และมีใบหน้าที่น่ากลัว

ทั้งนี้ บางสถานที่มีเสา 장승 ตั้งไว้เป็นคู่เพื่อเป็นสัญลักษณ์ของผู้หญิง

และผู้ชายอีกด้วย

▶▶ 추가하면 좋을 문장

장승은 마을과 마을의 경계를 나타내는 이정표 역할과 함께 마을을 지키는 수호신으로 믿었다.

장승이 남녀 한 쌍으로 있는 경우에 남자는 천하대장군 여자는 지하여장군이라고 쓰여 있다.

▷▷ 응용

조선시대 민간신앙, 제주 돌하르방

| พื้นที่ทางศาสนา 종교적 지역 | ส่วน 반면에 | ใบหน้าที่อ่อนโยน 온화한 얼굴 |
| อธิษฐาน 기도하다 | การมีผลผลิตที่ดี 풍년 | |

44. 석가탑과 다보탑

불국사 대웅전 앞에 통일신라에 만들어진 두 개의 석탑이 있다.

서쪽에 있는 탑의 이름은 석가탑이며 3층 석탑이다.

1966년 보수공사 도중 탑에서 무구정광대다라니경을 발견했다.

무구정광대다라니경은 세계에서 가장 오래된 목판 인쇄물이다.

동쪽에 있는 탑의 이름은 다보탑이다. 다보는 '많은 보물'이라는 뜻이다.

탑의 밑부분은 사각형, 가운데는 팔각형, 꼭대기는 원형으로 이루어져 있다. 10원 동전에서 다보탑의 모습을 볼 수 있다.

석가탑과 다보탑은 한국의 국보이다.

ในวัด 불국사 มีเจดีย์หินสององค์ที่ด้านหน้าอาคาร 대웅전

เราเชื่อว่าสร้างขึ้นในสมัยราชวงศ์ชิลลา

โดยเจดีย์ที่อยู่ทางทิศตะวันตกนั้นมีชื่อว่า เจดีย์ 석가 ซึ่งเป็นเจดีย์หินสามชั้น

ในปี ค. ศ.1966 ระหว่างการบูรณะซ่อมแซมเจดีย์นั้น เราได้ค้นพบพระสูตร 무구정광대다라니경

ซึ่งพระสูตร 무구정광대다라니경 นั้นนับว่าเป็นสิ่งพิมพ์จากแม่พิมพ์ไม้ที่เก่าแก่ที่สุดในโลก

ส่วนเจดีย์ที่อยู่ทางทิศตะวันออกมีชื่อว่าเจดีย์ 다보

คำว่า 다보 นั้นหมายถึง สมบัติมหาศาล

ด้านล่างของเจดีย์นั้นมีลักษณะเป็นรูปสี่เหลี่ยมจัตุรัส ตรงกลางเป็นรูปแปดเหลี่ยม ส่วนด้านบนเป็นวงกลม

เราจะเห็นรูปเจดีย์ 다보 ได้ ในเหรียญ 10 วอน

ทั้งนี้เจดีย์ 석가 และเจดีย์ 다보 จัดเป็นสมบัติแห่งชาติของประเทศเกาหลีอีกด้วย

▶▶ 추가하면 좋을 문장

⟨석공 아사달 이야기⟩

백제의 이름난 석공이었던 아사달은 불국사 창건에 동원되어 아내 아사녀와 이별을 하고 신라의 서라벌로 떠났다. 아사달에 대한 그리움 컸던 아사녀는 신리로 건너가 아사달을 찾았지만 그를 만날 수 없었다.

탑이 완성되면 연못에 탑의 그림자가 보일 것이라는 스님의 말에 아사녀는 연못에서 기도하며 아사달을 기다렸다. 그러나 오랜 시간이 지나도 완성된 탑의 모습이 보이지 않자 이에 실망한 아사녀는 연못에 몸을 던졌고, 석탑을 완성한 후 그 사실을 알게 된 아사달도 결국 그녀를 따라 연못에 몸을 던졌다.

석가탑을 그림자가 없는 탑이라 하여 ⟨무영탑⟩이라고도 부른다.

▷▷ 응용

경주역사유적지구, 불국사, 신라의 불교문화

เจดีย์หิน 석탑   การบูรณะซ่อมแซม 보수, 수리   พระสูตร 불경

แม่พิมพ์ไม้ 목판, 목판본   สี่เหลี่ยมจัตุรัส 정사각형   เหรียญ 동전

45. 동궁과 월지

동궁은 신라시대 태자가 살던 별궁이다. 나라에 큰 행사가 있을 때 연회장으로 사용되었다.

월지는 동궁 안에 있는 아름다운 호수다. 과거에는 안압지라는 이름으로 불리다가 1980년 호수에서
'월지'가 적힌 유물이 발견되어 현재는 월지라고 부른다.

지금은 많은 관광객이 야경을 보기 위해 동궁과 월지에 방문한다.

동궁 เป็นพระราชวังรองที่เจ้าชายในสมัยชิลลาอาศัยอยู่

แต่ก่อนถูกใช้เป็นห้องจัดเลี้ยงในงานใหญ่ๆ ของประเทศ

ส่วน 월지 นั้นเป็นทะเลสาบที่สวยงามในพระราชวัง 동궁 ซึ่งแต่ก่อนทะเลสาบนี้มีชื่อว่า
안압지

ต่อมาในปี ค. ศ.1980 ที่ทะเลสาบแห่งนี้มีการค้นพบโบราณวัตถุที่มีคำว่า 월지
เขียนอยู่ ปัจจุบันก็เลยเรียกว่า ทะเลสาบ 월지 นั่นเอง

ปัจจุบันนักท่องเที่ยวจำนวนมากไปเยี่ยมชมพระราชวัง 동궁 กับทะเลสาบ 월지
เพื่อชมทิวทัศน์ในยามค่ำคืน

▶▶ 추가하면 좋을 문장
신라가 멸망한 후 폐허가 되자 〈화려했던 시절은 간데없고 기러기와 오리만 날아드는구나〉라는 시 구절에서
이름을 따 안압지라고 불렸다.

▷▷ 응용
경주역사유적지구, 삼국시대 신라의 문화

ห้องจัดเลี้ยง 연회장	ทะเลสาบ 호수	ในยามค่ำคืน 야간에
โบราณวัตถุ 출토품	ชมทิวทัศน์ 경치를 바라보다	

46. 성덕대왕신종

성덕대왕신종은 한국에서 가장 크고 오래된 범종이다. 에밀레종이라고도 불린다.

전설에 따르면 어린아이가 종의 아름다운 소리를 위해 희생됐다고 전해진다.

신라시대 불교문화를 대표하는 보물이며 현재 경주 박물관에 있다.

ระฆัง 성덕대왕신종 เป็นระฆังที่ใหญ่และเก่าแก่ที่สุดในเกาหลี

มีอีกชื่อนึงว่า ระฆัง 에밀레

ตามตำนานเล่ากันว่า

มีเด็กคนหนึ่งต้องเสียชีวิตและถูกนำไปทำระฆังที่มีเสียงอันไพเราะดังกล่าว

ระฆัง 성덕대왕신종 นับเป็นสมบัติที่เป็นตัวแทนของวัฒนธรรมพุทธศาสนา

ในสมัยชิลลา

ปัจจุบันเราสามารถชมระฆัง 성덕대왕신종 ได้ที่พิพิธภัณฑ์แห่งชาติในเมืองคยองจู

▶▶ 추가하면 좋을 문장

종의 상단에 음통을 만들어 소리가 멀리 퍼지도록 하였다.

종소리가 희생된 아이가 어머니를 찾는 소리 같다고 하여 에밀레종이라고 불렸다.

▷▷ 응용

경주역사유적지구, 삼국시대 신라의 문화

| เก่าแก่ที่สุด 가장 오래되다 | เสียชีวิต 숨을 거두다 | ไพเราะ (소리가)아름답다 |
| ตามตำนานเล่ากันว่า 전설에 따르면 | | ตัวแทน 대표 |

47. 대릉원

경주 대릉원은 신라시대 왕족의 능이 모여 있는 곳이다. 천마총, 황남대총, 미추왕릉 등 23기의 무덤이 있다.

천마총에서 천마도와 12,000여 점이 넘는 금관, 금장식, 보물이 발견되었다.

황남대총은 대릉원에서 가장 큰 무덤으로 신라의 왕족 그리고 58,000여 점이 넘는 금관, 장식품, 유물이 발견되었다.

대릉원 ในเมืองคยองจูเป็น สุสานที่มีหลุมฝังศพของกษัตริย์

และราชวงศ์ในสมัยชิลลารวมอยู่ด้วยกัน

ซึ่งภายใน대릉원 มีหลุมฝังศพทั้งหมด 23 แห่ง เช่น 천마총 황남대총 미추왕릉 เป็นต้น

ที่หลุมฝังศพ 천마총 เราค้นพบ ภาพวาดม้า 천마도 รวมถึงมงกุฎทองคำ

เครื่องประดับทองคำและสมบัติกว่า 12,000 ชิ้นด้วยกัน

ส่วนที่หลุมฝังศพ 황남대총 นั้นนับเป็นหลุมฝังศพที่ใหญ่ที่สุด

อีกทั้งเรายังค้นพบร่างของราชวงศ์ รวมถึงมงกุฎทองคำ

เครื่องประดับและโบราณวัตถุกว่า 58,000 ชิ้นในหลุมฝังศพแห่งนี้อีกด้วย

▶▶ 추가하면 좋을 문장
어느 왕의 무덤인지 알 수 있는 경우에는 '릉', 모를 경우에는 '총'이라고 이름을 붙인다.

▷▷ 응용
경주역사유적지구, 조선왕릉 (유네스코 세계문화유산)

สุสาน 묘지	หลุมฝังศพ 묘, 무덤	ค้นพบ 발견하다
มงกุฎทองคำ 금관	เครื่องประดับ 장신구	

48. 첨성대

첨성대는 신라 선덕여왕 시대에 만들어진 세계에서 가장 오래된 천문대다. 첨성대에서 별을 관측하고 나라의 길흉을 점치기 위해 만들었다.

첨성대는 총 27개 층, 362개의 돌로 만들어졌으며 보존이 잘되어 있고 역사적 가치와 건축적 가치가 높다. 지금은 많은 관광객이 야경을 보기 위해 첨성대에 방문한다.

첨성대 เป็นหอดูดาวที่เก่าแก่ที่สุดในโลก สร้างขึ้นโดยพระเจ้า 선덕

กษัตริย์หญิงแห่งราชวงศ์ชิลลา

ซึ่ง 첨성대 ถูกสร้างขึ้นเพื่อไว้ใช้สังเกตดวงดาวและทำนายดวงชะตาเมืองอีกด้วย

หอดูดาว 첨성대 มีทั้งหมด 27 ชั้นและทำจากหิน 362 ก้อนด้วยกัน

ปัจจุบัน 첨성대 นั้นได้รับการอนุรักษ์ไว้เป็นอย่างดี

เนื่องจาก 첨성대 มีคุณค่าทั้งทางประวัติศาสตร์และทางสถาปัตยกรรมนั่นเอง

ปัจจุบันนักท่องเที่ยวจำนวนมากมาเยี่ยมชม 첨성대 เพื่อชมทิวทัศน์ในยามค่ำคืน

▶▶ 추가하면 좋을 문장
첨성대는 경주 월성지구에 있는 한국의 국보이다.

▷▷ 응용
경주역사유적지구

หอดูดาว 천문대	สังเกตดวงดาว 별을 관측하다
ทำนายดวงชะตา 운을 점치다	การอนุรักษ์ 보존

49. 낙선재

창덕궁에 있는 낙선재는 조선의 24대 임금 헌종이 후궁 경빈 김씨를 위해 지은 건물이다.
헌종은 낙선재에서 책을 읽거나 휴식하는 공간으로 이용했으며 단청으로 꾸미지 않고 일반 한옥처럼 소박하게 만들었다.
낙선재는 조선의 왕족이 마지막으로 거주했던 곳으로 영친왕 이은, 덕혜옹주가 살았었다.

อาคาร 낙선재 ใน 창덕궁 ถูกสร้างขึ้นโดยพระเจ้า 헌종 กษัตริย์องค์ที่ 24 แห่งราชวงศ์โชซอนในช่วงศตวรรษที่ 17
โดยพระเจ้า 헌종 สร้างอาคาร 낙선재 นี้ให้พระสนมของเขาที่มีชื่อว่า 경빈 김씨
พระเจ้า 헌종 ใช้อาคาร 낙선재 เป็นสถานที่สำหรับอ่านหนังสือหรือพักผ่อนส่วนตัว
โดยอาคาร 낙선재 นี้ไม่ได้ถูกตกแต่งด้วย 단청 ที่มีสีสัน
จึงมีลักษณะเหมือนบ้านพื้นเมืองเกาหลีทั่วไป
นอกจากนี้อาคาร 낙선재 นั้นยังเป็นอาคารที่ราชวงศ์โชซอนอาศัยอยู่มายาวนาน
โดยมีเจ้าชาย 영친왕 이은 และเจ้าหญิง 덕혜 옹주 อาศัยอยู่ที่อาคาร 낙선재 เป็นพระองค์สุดท้ายนั่นเอง

▶▶ 추가하면 좋을 문장

창덕궁은 5대 궁궐 중 가장 잘 보존된 궁궐이며 한국의 유네스코 세계문화유산 중 하나이다.

▷▷ 응용

창덕궁, 단청

พระสนม 후궁	พักผ่อน 휴식하다	ทั่วไป 보통, 일반
พระองค์ 왕족 (수량사)	เจ้าหญิง 공주	

▶▶ 추가하면 좋을 문장 을 작문해보세요.

Part.3

유네스코 세계유산

한국에는 유네스코에서 지정한 세계유산이 많이 있습니다. 세계적인 가치를 인정받은 관광지와 문화재인 만큼 정확하게 설명할 수 있어야 합니다. 가이드로서 기본적인 지식이기 때문에 최근 출제 빈도는 낮지만 질문을 받았을 때 대답하지 못하면 평가에 큰 영향을 줄 수 있습니다.

세계문화유산을 설명할 때 아래와 같은 순서로 외우면 기억하기 쉽고 조리 있게 말할 수 있습니다.

1) 무엇인지?

2) 누가 지었는지, 언제 지어졌는지?

3) 내부는 어떤 형태이며 무엇을 하는 곳이었는지?

4) 왜 유네스코 세계유산이며 몇 년도에 등재됐는지?

한국의 유네스코 등재 세계유산 목록 (~2021)

구분	연도	유산 목록
세계자연유산	2007	제주특별자치도 화산섬과 용암동굴
	2021	한국의 갯벌
세계문화유산	1995	석굴암과 불국사, 장경판전, 종묘
	1997	창덕궁, 수원화성
	2000	경주역사유적지구, 고인돌 유적
	2009	조선왕릉
	2010	하회와 양동마을
	2014	남한산성
	2015	백제역사유적지구
	2018	산사
	2019	한국의 서원
인류무형문화유산	2001	종묘제례 및 종묘제례악
	2003	판소리
	2005	강릉단오제
	2009	영산재, 제주칠머리당영등굿, 처용무, 강강술래, 남사당놀이
	2010	매사냥, 대목장, 가곡
	2011	한산모시짜기, 줄타기, 택견
	2012	아리랑
	2013	김장
	2014	농악
	2015	줄다리기
	2016	제주해녀문화
	2018	씨름
	2020	연등회
세계기록유산	1997	훈민정음 해례본, 조선왕조실록
	2001	직지심체요절 하권, 승정원일기
	2007	고려대장경판 및 제경판, 조선왕조의궤
	2009	동의보감
	2011	5.18 광주민주화운동기록물, 일성록
	2013	난중일기, 새마을운동기록물
	2015	KBS '이산가족을 찾습니다' 기록물, 한국의 유교책판
	2017	조선통신사기록물, 조선왕실 어보와 어책, 국채보상운동기록물

1. UNESCO 란?

세계유산은 한 나라의 역사, 민족, 정체성을 이해하는데 매우 중요한 자원이다.

그래서 우리는 세계유산을 보호하고 다음 세대에 넘겨주어야 할 의무를 가지고 있다.

UNESCO는 국제연합 기구이며

United Nations Educational, Scientific and Cultural Organization의 약자이다.

UNESCO는 인류를 위한 탁월한 가치가 있는 전 세계의 자연 및 문화유산을 세계유산으로 지정하고 소중한 유산을 보호하도록 돕는 시스템을 제공한다.

세계유산으로 지정되면 그 지역은 전 세계에 홍보되고 많은 관광객이 찾아온다.

지역이 발전하면서 지역 주민들의 수입도 늘어나지만 그 때문에 소음, 환경문제, 범죄문제도 발생한다.

그러므로 관광객은 자연과 문화유산을 해치지 말고 보호해야 하며 지역 주민들에게 피해를 주지 말아야 한다.

มรดกโลกนั้นเป็นทรัพยากรที่สำคัญมากในการทำความเข้าใจประวัติศาสตร์ ชาติพันธุ์ และเอกลักษณ์ของแต่ละประเทศ

ดังนั้นเราจึงมีหน้าที่คอยปกป้องมรดกโลกดังกล่าวเพื่อสืบทอดต่อไปให้คนรุ่นหลัง

UNESCO เป็นองค์การของสหประชาชาติ ย่อมาจาก

United Nations Educational, Scientific and Cultural Organization

ซึ่ง UNESCO จะทำการกำหนดมรดกทางธรรมชาติและวัฒนธรรมของโลก

ที่มีคุณค่าโดดเด่นสำหรับมนุษยชาติให้เป็นมรดกโลก

อีกทั้งยังมีบทบาทในการกำหนดนโยบายต่างๆ

เพื่อช่วยปกป้องมรดกโลกอันล้ำค่านั่นเอง

เมื่อมีการกำหนดมรดกโลกขึ้น พื้นที่บริเวณดังกล่าวก็จะกลายเป็นที่รู้จักแก่คนทั่วโลก

ซึ่งสิ่งนี้เองจะสามารถดึงดูดนักท่องเที่ยวได้อีกด้วย

ในขณะที่พื้นที่ดังกล่าวพัฒนาขึ้น ผู้อยู่อาศัยแถวนั้นก็จะมีรายได้เพิ่มขึ้นด้วยเช่นกัน

อย่างไรก็ตาม สิ่งนี้เองก็สร้างปัญหาตามมาไม่น้อย ไม่ว่าจะเป็น
ปัญหามลพิษทางเสียง ปัญหาสิ่งแวดล้อม ปัญหาอาชญากรรม ฯลฯ
ทั้งนี้นักท่องเที่ยวจะต้องไม่ทำลายและคอยปกป้องธรรมชาติและมรดกโลกต่างๆ
อีกทั้งจะต้องไม่สร้างความเดือดร้อนให้แก่ผู้คนในท้องถิ่นเวลาไปเยี่ยมชมตามสถานที่
ท่องเที่ยวต่างๆอีกด้วย

▶▶ 추가하면 좋을 문장
우리나라에 있는 유네스코 세계유산 예시

▷▷ 응용
SIT, 관광산업의 장단점
세계유산에 지정되면 그 지역에 어떤 영향을 주는가?

ทรัพยากร 자원	ชาติพันธุ์ 민족	เอกลักษณ์ 정체성
องค์การสหประชาชาติ 국제연합기구		ปัญหาอาชญากรรม 범죄문제
กำหนด 지정하다	นโยบาย 정책	ความเดือดร้อน 민폐

2. 제주도 (세계자연유산 2007)

제주도는 한국에서 가장 큰 화산 섬이며 한국의 대표적인 관광지다. 따뜻한 날씨와 아름다운 자연환경 때문에 매년 많은 관광객이 방문한다.

제주도의 다른 이름은 삼다도이며 삼다도의 뜻은 여자, 바람, 돌이 많다는 뜻이다.

제주도의 유명한 관광지는 한라산, 성산일출봉, 거문오름용암동굴계이다.

한라산은 남한에서 가장 높은 산이고 높이는 1,950m이다. 다양한 종류의 희귀 동식물이 살고 있고 자연이 잘 보존되어 있다. 성산일출봉은 5,000년 전 바다에서 생성된 화산이다. 매년 많은 관광객이 새해 첫 일출을 보러 방문한다. 거문오름용암동굴계는 아시아에서 가장 길고 보존이 잘 된 용암동굴계이다. 대표적인 동굴은 만장굴, 김녕굴, 용천굴 등이 있다.

한라산, 성산일출봉, 거문오름용암동굴계는 자연적 가치와 보존적 가치가 높아 2007년 유네스코 세계자연유산에 등재되었다.

제주도의 대표적인 음식은 해산물, 흑돼지, 감귤 등이 있으며 돌하르방, 제주마, 해녀는 제주를 대표하는 상징이다. 제주칠머리당영등굿과 해녀문화는 유네스코 인류무형문화유산에 등재되었다.

เกาะเชจูเป็นเกาะภูเขาไฟที่ใหญ่ที่สุดในเกาหลี

และเป็นสถานที่ท่องเที่ยวยอดนิยมเป็นอย่างมากในประเทศเกาหลี

เนื่องจากบนเกาะเชจูมีอากาศอบอุ่น และมีธรรมชาติที่สวยงาม

จึงมีนักท่องเที่ยวจำนวนมากมาเที่ยวทุกปี

เกาะเชจูมีอีกชื่อหนึ่งว่า เกาะ ซัมดาโด ซึ่งคำว่า ซัมดาโด หมายถึง เกาะที่มีผู้หญิง ลม และก้อนหินมากมาย

สถานที่ท่องเที่ยวที่มีชื่อเสียง ได้แก่ ภูเขา ฮันราซัน ภูเขา ซองซันอิลชุลบง และกลุ่มถ้ำลาวา 거문오름용암동굴계

ภูเขา ฮันราซัน เป็นภูเขาที่สูงที่สุดในเกาหลีใต้ โดยมีความสูง 1,950 เมตร

ภายในมีพืชและสัตว์หายากอาศัยอยู่หลายชนิด

อีกทั้งธรรมชาติโดยรอบยังได้รับการอนุรักษ์ไว้เป็นอย่างดีอีกด้วย

ภูเขา 성산일출봉 เป็นภูเขาไฟที่เกิดขึ้นเองในทะเลเมื่อ 5,000 ปีก่อน

ทุกปีจะมีนักท่องเที่ยวจำนวนมากมาชมพระอาทิตย์ขึ้นในวันแรกของปีที่ภูเขาแห่งนี้

กลุ่มถ้ำลาวา 거문오름용암동굴계

เป็นกลุ่มถ้ำภูเขาไฟที่ยาวที่สุดและได้รับการอนุรักษ์ไว้อย่างดีที่สุดในเอเชีย ได้แก่ ถ้ำ

มันจังกุล ถ้ำ กิมนยองกุล และ ถ้ำ ยงชอนกุล เป็นต้น

เนื่องจากภูเขา 한라산 ภูเขา성산일출봉 และ กลุ่มถ้ำลาวา 거문오름용암동굴계

มีคุณค่าทางธรรมชาติและควรค่าแก่การอนุรักษ์

จึงได้รับการขึ้นทะเบียนเป็นมรดกโลกทางธรรมชาติจากองค์การ UNESCO ในปี ค.ศ.

2007

นอกจากนี้ เกาะเชจูยังมีอาหารที่มีชื่อเสียงมากมาย เช่น อาหารทะเล หมูดำ และส้ม

감귤 ฯลฯ

รูปปั้น 돌하르방 ม้าเชจู และนักดำน้ำหญิง 해녀 นั้น

เป็นสัญลักษณ์สำคัญที่แสดงถึงเกาะเชจู

อีกทั้งพิธี 제주칠머리당영등굿 และวัฒนธรรมการนักดำน้ำหญิง 해녀 นั้น ยังได้รับการขึ้น

ทะเบียนเป็นมรดกทางวัฒนธรรมที่จับต้องไม่ได้ขององค์การ UNESCO อีกด้วย

▶▶ 추가하면 좋을 문장

올레길은 제주도의 유명한 트레일 코스이며 총 21코스, 길이는 약 425km이다. 올레의 뜻은 '집으로 가는 작은 골목'이란 뜻이다.

▷▷ 응용

해녀, 제주칠머리당영등굿, 국립공원, 갯벌(유네스코 세계자연유산), 한국 관광의 특징

เกาะภูเขาไฟ 화산섬	ยอดนิยม 인기 많은	อากาศอบอุ่น 따뜻한 날씨
กลุ่มถ้ำลาวา 용암동굴계	องค์การ 조직, 기구	นักดำน้ำหญิง 해녀
	มรดกโลกทางธรรมชาติ 세계자연유산	

3. 갯벌 (세계자연유산 2021)

갯벌은 바다의 수위가 낮아질 때 드러나는 넓은 진흙 벌판이다. 한국의 갯벌은 서쪽 해안에 분포되어 있으며 잘 보존되어 있다. 갯벌은 1,000여 종이 넘는 다양한 동식물과 철새의 서식지이다. 특히 멸종 위기의 동물이 많이 살고 있다.

충청남도 서천, 전라북도 고창, 전라남도 신안, 전라남도 순천-보성이 갯벌로 유명하다.

한국의 갯벌은 자연적 가치와 보존적 가치를 인정받아 2021년 유네스코 세계자연유산에 등재되었다.

หาดโคลนเป็นที่ราบโคลนขนาดใหญ่ที่เราจะเห็นได้ตอนน้ำทะเลลดระดับลง ซึ่งในเกาหลีมีหาดโคลนหลายแห่งบนชายฝั่งตะวันตก และหาดโคลนดังกล่าวยังได้รับการอนุรักษ์ไว้เป็นอย่างดี โดยบริเวณหาดโคลนนั้นมักเป็นที่อยู่อาศัยของนกอพยพ พืชและสัตว์มากกว่า 1,000 สายพันธุ์ โดยเฉพาะอย่างยิ่ง สัตว์ใกล้สูญพันธุ์ต่างๆ

จังหวัดที่มีชื่อเสียงเรื่องหาดโคลน ได้แก่ 서천 ในภูมิภาค 충청남도, 고창 ในภูมิภาค 전라북도, 신안 ในภูมิภาค 전라남도 และ 순천 กับ 보성 ในภูมิภาค 전라남도 เป็นต้น

เนื่องจากหาดโคลนในเกาหลีมีคุณค่าทางธรรมชาติและควรค่าแก่การอนุรักษ์ จึงได้รับการขึ้นทะเบียนเป็นมรดกโลกทางธรรมชาติจากองค์การ UNESCO ในปี ค.ศ. 2021 อีกด้วย

▶▶ 추가하면 좋을 문장

갯벌 외에도 한국에는 자연적 가치가 있는 습지(พื้นที่ชุ่มน้ำ)가 많이 있으며 람사르 협약에 따라 보호되고 있다.

▷▷ ~~응용~~

제주도(유네스코 세계자연유산), 람사르 습지, 보령머드축제

หาดโคลน 갯벌	นกอพยพ 철새	สายพันธุ์ 종, 품종
ใกล้สูญพันธุ์ 멸종에 다다르다	ได้รับการขึ้นทะเบียนเป็น ~으로 등재되다	

4. 석굴암과 불국사 (세계문화유산 1995)

석굴암은 경주 토함산에 있는 석굴사원이다. 8세기 신라시대 재상 김대성이 전생의 부모를 위해 창건했다. 석굴암은 직사각형의 공간(전실)과 원형의 공간(주실)으로 구성되어 있다. 주실 중앙에는 아름다운 얼굴을 가진 석가모니 본존불상이 있으며 석가모니 불상은 인왕상, 사천왕상 등 38개 불상에 둘러싸여 있다. 석굴암은 완벽한 균형을 이루는 돔 형태의 천장과 더불어 온도와 습도가 자연적으로 조절되는 석굴사원이다.

불국사는 경주 토함산에 있는 사찰이다. 8세기 신라시대 재상 김대성이 현생의 부모를 위해 창건했다. 유명한 건축물은 대웅전, 극락전, 비로전 등이 있다. 불국사의 석가탑, 다보탑, 청운교, 백운교는 한국의 국보이다. 불국사는 임진왜란 때 크게 훼손되었다가 1970년에 재건되었다.
석굴암과 불국사는 신라시대 불교 역사상 가장 중요한 유적이며 역사적 가치와 문화적 가치 때문에 1995년 유네스코 세계문화유산에 등재되었다.

석굴암 เป็นวัดถ้ำที่อยู่ในภูเขา 토함산 ในเมือง 경주
ประมาณศตวรรษที่ 8 ในสมัยราชวงศ์ชิลลา นายก 김대성 ได้สร้าง 석굴암
ให้พ่อแม่ของเขาในชาติก่อน
วัดถ้ำ 석굴암 นั้นประกอบด้วยห้องทรงสี่เหลี่ยมผืนผ้าและห้องโถงใหญ่ทรงกลม
ตรงกลางห้องโถงใหญ่นั้นมีรูปปั้นหินของพระพุทธศากยมุนีที่มีพระพักตร์อันงดงาม
และรูปปั้นพระพุทธศากยมุนีนี้ยังถูกล้อมรอบไปด้วยรูปปั้นสำคัญทางพุทธศาสนา 38
องค์ เช่นรูปปั้น 인왕상 รูปปั้น 사천왕상 เป็นต้น
นอกจากนี้ วัดถ้ำ 석굴암 ยังมีเพดานโดมที่มีความสมดุลที่สมบูรณ์แบบ
อีกทั้งยังเป็นวัดที่อยู่ในถ้ำที่มีการควบคุมอุณหภูมิและความชื้นตามธรรมชาติอีกด้วย

불국사 เป็นวัดที่อยู่ในภูเขา 토함산 ในเมือง 경주
ประมาณศตวรรษที่ 8 ในสมัยราชวงศ์ 신라 นายก 김대성 ได้สร้าง 불국사
ให้พ่อแม่ของเขา

อาคารของ 불국사 ที่มีชื่อเสียง ได้แก่ อาคาร 대웅전 อาคาร 극락전 อาคาร 비로전 เป็นต้น

เจดีย์ 석가탑, เจดีย์ 다보탑, บันได 청운교 และ บันได 백운교 ในวัด 불국사 เป็นสมบัติแห่งชาติของประเทศเกาหลี

วัด 불국사 ถูกทำลายในช่วงสงครามกับญี่ปุ่น 임진왜란 และถูกสร้างขึ้นมาใหม่ในปี ค.ศ.1970

นับว่าวัด 불국사 นั้นเป็นสถานที่สำคัญทางประวัติศาสตร์พุทธศาสนาในสมัยชิลลานั่นเอง

เนื่องจากวัด 불국사 และ วัดถ้ำ 석굴암 มีคุณค่าทางประวัติศาสตร์และทางวัฒนธรรม จึงได้รับการขึ้นทะเบียนเป็นมรดกโลกทางวัฒนธรรมจากองค์การ UNESCO ในปี ค.ศ.1995

▶▶ 추가하면 좋을 문장

불국사 대웅전 앞 석가탑에서 세계에서 가장 오래된 목판 인쇄본 무구정광대다라니경이 발견되었다.

불국사는 템플스테이 사찰로 유명하다.

▷▷ 응용

경주역사유적지구, 한국불교의 역사, 삼국시대

นายก 재상　　พระพักตร์ 용안, 얼굴　　เพดานโดม 둥근 천장

ความสมดุลที่สมบูรณ์แบบ 완벽한 균형　　คุณค่าทางประวัติศาสตร์ 역사적 가치

5. 종묘 (세계문화유산 1995)

종묘는 조선왕조 역대 왕과 왕비의 제사를 지내는 곳으로, 조선의 첫 번째 왕 태조에 의해 지어졌다. 종묘는 조선시대 왕과 왕비의 존엄을 상징하며 유교적 관례에 따라 이곳에서 왕과 왕비의 제사를 지냈다. 종묘의 중요한 건물은 정전과 영녕전이다. 정전은 가장 긴 조선시대 목조 건물이며 길이가 약 100미터에 달한다. 종묘는 역사적 가치와 문화적 가치에 의해 1995년 유네스코 세계문화유산에 등재되었다.

ศาลเจ้า 종묘 เป็นสถานที่ที่ใช้จัดพิธีบูชาบรรพบุรุษสำหรับกษัตริย์และราชินีที่สวรรคต
ในสมัยราชวงศ์โชซอน
ซึ่งศาลเจ้า 종묘 นี้ สร้างขึ้นโดยพระเจ้า 태조 กษัตริย์องค์แรกแห่งราชวงศ์โชซอน
เราเชื่อว่าศาลเจ้า 종묘 เป็นสัญลักษณ์แห่งเกียรติยศของกษัตริย์และราชินี
โดยตามธรรมเนียมปฏิบัติของลัทธิขงจื๊อนั้น
พิธีไหว้บรรพบุรุษของกษัตริย์และราชินีจะถูกจัดขึ้นที่ศาลเจ้า 종묘 นั่นเอง
อาคารที่สำคัญในศาลเจ้า 종묘 ได้แก่ อาคาร 정전 และ อาคาร 영녕전
ซึ่งอาคาร 정전 นั้น นับเป็นอาคารไม้ที่ยาวที่สุดในสมัยราชวงศ์โชซอน
โดยมีความยาวประมาณ 100 เมตร
เนื่องจากศาลเจ้า 종묘 มีคุณค่าทางประวัติศาสตร์และทางวัฒนธรรม
จึงได้รับการขึ้นทะเบียนเป็นมรดกโลกทางวัฒนธรรมจากองค์การ UNESCO ในปี
ค.ศ.1995

▶▶ 추가하면 좋을 문장

정전에는 49개의 왕과 왕비의 신주(위패 แผ่นไม้จารึกชื่อผู้ตาย)가 있고, 영녕전에는 34개가 있다.
오늘날에는 매년 5월 종묘제례를 지내며 종묘제례악을 연주한다. (유네스코 인류무형문화유산)

▷▷ 응용

서울에 있는 유네스코 문화유산, 조선의 유교문화, 종묘제례악

ศาลเจ้า 사당 | พิธีบูชาบรรพบุรุษ 제사의식 | สวรรคต 승하하다
ตามธรรมเนียมปฏิบัติ 관례에 따라 | มรดกโลกทางวัฒนธรรม 세계문화유산

6. 장경판전 (세계문화유산 1995)

해인사에 있는 장경판전은 팔만대장경을 보관하는 건물이다. 약 팔만여 장의 대장경 목판을 보관하고 있다. 13세기 고려인은 부처의 힘으로 몽골의 침입을 이기기 위해 팔만대장경을 만들었다.

장경판전은 팔만대장경판을 보관하기 위해 다음과 같이 과학적으로 만들어졌다.

1. 환기과 온도조절을 위해 크기가 다른 창문을 배치했다.

2. 바닥은 소금, 숯, 석회, 모래로 채워 습도를 조절했다.

장경판전은 역사적 가치와 보존적 가치를 인정받아 1995년 유네스코 세계문화유산에 등재되었다.

อาคาร 장경판전 ในวัด 해인사 เป็นอาคารที่เก็บรักษาพระไตรปิฎก 팔만대장경

และยังเก็บแผ่นไม้กว่า 80,000 แผ่นไว้ด้วยกัน

ในสมัยโครยอ ศตวรรษที่ 13 ชาวโครยอได้อธิษฐานขอพรให้พระพุทธเจ้า

ช่วยพวกเค้าให้เอาชนะการรุกรานจากชาวมองโกเลีย

อีกทั้งยังจัดทำพระไตรปิฎก 팔만대장경 ขึ้นนั่นเอง

อาคาร 장경판전 ถูกสร้างขึ้นเพื่อจัดเก็บพระไตรปิฎก 팔만대장경

โดยอาศัยหลักวิทยาศาสตร์ ดังนี้

1. สร้างหน้าต่างให้มีขนาดแตกต่างกันเพื่อที่จะสามารถระบายอากาศ

และปรับอุณหภูมิได้

2. ปูพื้นด้วยเกลือ ถ่าน ปูนขาว และทรายเพื่อที่จะสามารถควบคุมความชื้นได้

เนื่องจากอาคาร 장경판전 มีคุณค่าทางประวัติศาสตร์และควรค่าแก่การอนุรักษ์

จึงได้รับการขึ้นทะเบียนเป็นมรดกโลกทางวัฒนธรรมจากองค์การ UNESCO ในปี

ค.ศ.1995

▶▶ 추가하면 좋을 문장

해인사는 삼보사찰 중에 하나이다. 장경판전에 보관된 팔만대장경은 부처의 말씀을 상징하기 때문이다.

▷▷ 응용

고려시대 불교, 템플스테이, 삼보사찰

เก็บรักษา 보관하다   พระไตรปิฎก 대장경   อธิษฐานขอพร 염원하다

ระบายอากาศ 환기(통풍)하다   ควบคุมความชื้น 습도를 조절하다

7. 창덕궁 (세계문화유산 1997)

1405년 조선의 세 번째 임금 태종이 창건한 창덕궁은 경복궁의 동쪽에 있어서 '동궐'이라고 불렸다. 창덕궁은 5개의 궁궐 중에서 가장 잘 보존되어 있고 자연을 훼손하지 않고, 자연과 조화롭게 만들어진 궁궐이다.

돈화문은 가장 오래된 궁궐의 정문이다. 인정전은 창덕궁에서 가장 큰 건물이다. 사정전은 왕의 집무실이며 희정당은 왕의 침전이고 대조전은 왕비의 침전이다. 낙선재는 조선의 왕족이 마지막으로 사용했던 건물이다.

창덕궁은 역사적 가치와 문화적 가치를 인정받아 1997년 유네스코 세계문화유산에 등재되었다.

후원은 창덕궁 뒤에 있는 아름다운 숲이다. 후원은 왕족의 휴식공간이며 자연을 훼손하지 않고, 자연과 조화롭게 만든 정원이다. 후원 안에는 아름다운 정자와 연못이 많이 있다. 정자는 옥류정, 관람정, 존덕정 등이 있고 연못은 애련지, 부용지 등이 있다.

조선시대에는 후원에서 과거시험을 열거나 사냥을 하기도 했다.

พระราชวัง 창덕궁 ถูกสร้างขึ้นในปี ค.ศ.1405 โดยพระเจ้า 태종

กษัตริย์องค์ที่สามแห่งราชวงศ์โชซอน

พระราชวัง 창덕궁 มีอีกชื่อหนึ่งว่า 동궐 หรือ พระราชวังตะวันออก

เพราะตั้งอยู่ทางทิศตะวันออกของพระราชวัง 경복궁

เมื่อเทียบกับพระราชวังทั้ง 5 แห่งแล้ว พระราชวัง 창덕궁

นั้นนับว่าได้รับการอนุรักษ์อย่างดีที่สุดนั่นเอง

พระราชวัง 창덕궁 นั้นเป็นพระราชวังที่สร้างขึ้นโดยไม่ทำลายธรรมชาติ

อีกทั้งยังมีบรรยากาศที่กลมกลืนกับธรรมชาติอีกด้วย

พระราชวัง 창덕궁 มีประตู 돈화문 ที่เป็นประตูหลักที่เก่าแก่ที่สุด

มีอาคาร 인정전 เป็นท้องพระโรงและอาคารที่ใหญ่ที่สุดในพระราชวัง

มีอาคาร 사정전 เป็นที่ทำงานของกษัตริย์

มีอาคาร 희정당 เป็นห้องบรรทมของกษัตริย์และ อาคาร 대조전
เป็นห้องบรรทมของพระราชินี

อีกทั้งยังมีอาคาร 낙선재 ที่เป็นอาคารที่ราชวงศ์อาศัยอยู่เป็นลำดับสุดท้ายอีกด้วย

เนื่องจากพระราชวัง 창덕궁 มีคุณค่าทางประวัติศาสตร์และทางวัฒนธรรม

จึงได้รับการขึ้นทะเบียนเป็นมรดกโลกทางวัฒนธรรมจากองค์การ UNESCO ในปี
ค.ศ. 1997

สวน 후원 เป็นสวนอันงดงามที่อยู่ด้านหลังพระราชวัง 창덕궁

สวน 후원 เป็นสถานที่พักผ่อนของกษัตริย์และราชวงศ์

ซึ่งสวนแห่งนี้สร้างขึ้นโดยไม่ทำลายธรรมชาติ

อีกทั้งยังมีความกลมกลืนกับธรรมชาติอีกด้วย

ในสวน 후원 มีศาลาและสระน้ำที่สวยงามมากมาย เช่น ศาลา 옥류정, ศาลา 관람정,

ศาลา 존덕정, สระน้ำ 애련지, สระน้ำ 부용지 เป็นต้น

ในสมัยราชวงศ์โชซอน จะมีการสอบข้าราชการจัดขึ้นในสวน 후원

หรือบางครั้งก็ยังมีการล่าสัตว์ในสวน 후원 อีกด้วย

▶▶ 추가하면 좋을 문장

창덕궁은 임진왜란 때 파괴되었지만 광해군이 다시 재건했고, 그 후 275년간 주궁으로 사용되었다.

▷▷ 응용

한국의 5대 궁, 서울에 있는 유네스코 문화유산

เมื่อเทียบกับ ~에 비하여	บรรยากาศ 분위기, 주위	การล่าสัตว์ 사냥
กลมกลืนกับธรรมชาติ 자연과 조화롭다		การสอบข้าราชการ 과거시험

97

8. 수원화성 (세계문화유산 1997)

수원화성은 경기도 광주에 있는 성곽건축물이다.

조선시대 22번째 임금 정조가 자신의 이상적인 도시건설을 위해 창건했다. 또한, 매년 돌아가신 아버지 사도세자의 능을 방문할 때 수원화성에 머물렀다. 길이는 약 6km이며 4개의 문 (장안문, 팔달문, 화서문, 창룡문)과 여러 군사 시설이 있다. 조선시대 정약용은 거중기를 개발하여 수원화성을 건설했고, 건축기록을 화성성역의궤에 남겼다. 수원화성은 역사적 가치와 조선시대 건축적 가치를 인정받아 1997년 유네스코 세계문화유산에 등재되었다.

ป้อมปราการ 수원화성 เป็นป้อมปราการที่ตั้งอยู่ในจังหวัด 수원 ภูมิภาค 경기도

สร้างโดยพระเจ้า 정조 กษัตริย์องค์ที่ 22 แห่งราชวงศ์โชซอน ซึ่งพระเจ้า 정조

ได้สร้างป้อมปราการนี้ขึ้นเพื่อสร้างเมืองในอุดมคติ

นอกจากนี้ยังสร้างไว้เพื่อพักอาศัยตอนไปเยี่ยมหลุมฝังศพของพ่อของเขาที่มีชื่อว่า 사

도세자 ในทุกๆปี

ป้อมปราการ 수원화성 มีความยาวประมาณ 6 กิโลเมตร และมีประตูอยู่ 4 ประตู ได้แก่

장안문 팔달문 화서문 และ 창룡문 อีกทั้งยังมีอาวุธยุทโธปกรณ์มากมายอีกด้วย

ในสมัยราชวงศ์โชซอน นักปราชญ์ 정약용 ได้พัฒนาปั้นจั่น 거중기 ขึ้น

เพื่อสร้างป้อมปราการ 수원화성

และยังได้บันทึกการสร้างสถาปัตยกรรมครั้งนี้ไว้ในสมุดบันทึก 화성성역의궤 อีกด้วย

เนื่องจากป้อมปราการ 수원화성

มีคุณค่าทางประวัติศาสตร์และทางสถาปัตยกรรมในสมัยโชซอน

จึงได้รับการขึ้นทะเบียนเป็นมรดกโลกทางวัฒนธรรมโดยองค์การ UNESCO ในปี

ค.ศ. 1997

▶▶ 추가하면 좋을 문장

화성행궁은 정조가 머물던 수원화성 안에 있는 이궁이다.

수원화성은 한국전쟁 때 거의 파괴되었지만 화성성역의궤 덕분에 완벽하게 복원할 수 있었다.

▷▷ 응용

남한산성, 한양도성, SIT

เมืองในอุดมคติ 이상향의 도시   อาวุธยุทโธปกรณ์ 군비   นักปราชญ์ 학자

ปั้นจั่น 거중기   สถาปัตยกรรม 건축학

9. 경주역사유적지구 (세계문화유산 2000)

신라는 삼국시대 세 나라 중 하나이다. 한반도 남동쪽에 위치했으며 천년의 오랜 역사를 가지고 있다. 경주는 신라의 수도이며 불교문화의 중심이었다. 신라는 935년 고려에 의해 멸망하였다.

경주역사유적지구는 남산지구, 월성지구, 대릉원지구, 황룡사지구, 산성지구로 이루어져 있으며 많은 유적지가 포함되어 있다.

1. 남산지구에는 다양한 불교 유적과 포석정이 있다.
2. 월성지구에는 동궁, 월지, 첨성대가 있다.
3. 대릉원지구에는 천마총, 황남대총, 미추왕릉 등 왕족의 무덤이 있다.
4. 황룡사지구에는 황룡사 터와 분황사 석탑이 있다.
5. 산성지구에는 명활산성이 있다.

경주역사유적지구는 역사적 가치와 문화적 가치가 높아 2000년 유네스코 세계문화유산으로 등재되었다.

신라 เป็นหนึ่งในอาณาจักรในช่วงสามราชอาณาจักร
ที่ตั้งอยู่ทางตะวันออกเฉียงใต้ของคาบสมุทรเกาหลี มีประวัติศาสตร์ยาวนานกว่า 1,000 ปีด้วยกัน
โดยมีคยองจูเป็นเมืองหลวงของอาณาจักรชิลลา
และเป็นศูนย์กลางของวัฒนธรรมพุทธศาสนา
ซึ่งต่อมา อาณาจักรชิลลา ถูกทำลายโดยราชวงศ์โครยอ ในปี ค.ศ.935
แหล่งประวัติศาสตร์คยองจู ประกอบด้วยพื้นที่ เขต 남산 월성 대릉원 황룡사 และ 산성

คยองจูมีสถานที่ทางประวัติศาสตร์มากมาย ได้แก่

1. ในเขตภูเขา 남산 มีโบราณสถานทางพุทธศาสนา และ 포석정
2. ในพื้นที่ 월성 มีพระราชวัง 동궁 ทะเลสาบ 월지 และหอดูดาว 첨성대
3. ในพื้นที่ 대릉원 มีสุสานหลวงหลายแห่ง เช่น 천마총 황남대총 미추왕릉 เป็นต้น
4. ในพื้นที่ 황룡사 มีร่องรอยวัด 황룡사지 และเจดีย์หิน 분황사

5. ในพื้นที่ 산성 มีป้อมปราการ 명활산성

เนื่องจากแหล่งประวัติศาสตร์คยองจูมีคุณค่าทางประวัติศาสตร์และทางวัฒนธรรม

จึงได้รับการขึ้นทะเบียนเป็นมรดกโลกทางวัฒนธรรมโดยองค์การ UNESCO ในปี

ค.ศ. 2000

▶▶ 추가하면 좋을 문장

경주역사유적지구에는 수많은 유적이 있어 담장 없는 박물관이라고 불린다.

관광객은 경주시티투어버스를 이용해 편리하게 관광할 수 있다.

▷▷ 응용

백제역사유적지구, 삼국시대 신라의 문화

첨성대, 대릉원, 석굴암과 불국사, 동궁과 월지 등

ทางตะวันออกเฉียงใต้ 남동쪽   ยาวนาน 오래되다   เขต 지구, 구역

แหล่งประวัติศาสตร์ 역사지구, 사적   ร่องรอยวัด 절터

10. 고인돌 유적 (세계문화유산 2000)

고인돌은 선사시대 돌무덤이며 전 세계 약 60,000여 기의 고인돌 중에 약 30,000여 기가 한국에 있다. 보통 고인돌의 모양은 2~4개의 기둥에 큰 돌이 덮여 있는 모습이다.

한국의 고인돌은 고창, 화순, 강화도에 많이 남아 있으며 역사적인 가치와 보존적 가치를 인정받아 2000년 유네스코 세계문화유산에 등재되었다.

고인돌 หรือ หลุมฝังศพที่ทำด้วยหินเป็นหลุมฝังศพในสมัยก่อนประวัติศาสตร์
หลุมฝังศพเหล่านี้มีประมาณ 60,000 กว่าหลุมทั่วโลก ซึ่งที่เกาหลีมีอยู่ประมาณ
30,000 กว่าหลุมด้วยกัน รูปร่างของหลุมฝังศพเหล่านี้จะประกอบไปด้วยเสา 2-4
เสาเป็นฐาน ซึ่งข้างบนมีหินขนาดใหญ่วางทับอยู่
หลุมฝังศพเหล่านี้พบมากที่จังหวัด 고창 화순 และ 강화
เนื่องจาก 고인돌 มีคุณค่าทางประวัติศาสตร์และควรค่าแก่การอนุรักษ์
จึงได้รับการขึ้นทะเบียนเป็นมรดกโลกทางวัฒนธรรมขององค์การ UNESCO ในปี
ค.ศ. 2000

▶▶ 추가하면 좋을 문장
고인돌은 크게 탁자형(북방식)과 바둑판형(남방식)으로 나뉜다.

▷▷ 응용
조선왕릉, 경주 대릉원

สมัยก่อนประวัติศาสตร์ 선사시대	เสา 기둥	ฐาน 받침대
วางทับอยู่ 얹어 놓다	ควรค่าแก่การอนุรักษ์ 보존할 가치가 있는	

11. 조선왕릉 (세계문화유산 2009)

조선왕릉은 조선시대 왕과 왕비의 무덤이다. 조선왕조 시대(1592~1910)에는 27명의 왕이 있었고 서울과 경기지역에 왕릉 40기가 남아 있다. 무덤의 위치는 유교 관례와 풍수지리에 의해 정해졌다. 조선왕릉은 왕의 존엄을 상징하며 역사적 가치와 문화적 가치를 인정받아 2009년 유네스코 세계문화유산에 등재되었다.

สุสานหลวงโชซอนนั้นเป็นสุสานของกษัตริย์และพระราชินีในสมัยราชวงศ์โชซอน ในสมัยราชวงศ์โชซอน (ค.ศ.1592-1910) มีกษัตริย์ทั้งหมด 27 พระองค์ด้วยกัน ซึ่งปัจจุบันเหลือเพียง 40 แห่งในกรุงโซล และในภูมิภาค 경기도 ที่ตั้งของหลุมฝังศพถูกกำหนดตามธรรมเนียมขงจื๊อและหลักฮวงจุ้ย สุสานหลวงของราชวงศ์โชซอนนั้นเป็นสัญลักษณ์แห่งเกียรติยศของกษัตริย์ เนื่องจากสุสานหลวงราชวงศ์โชซอนมีคุณค่าทางประวัติศาสตร์และทางวัฒนธรรม จึงได้รับการขึ้นทะเบียนเป็นมรดกโลกทางวัฒนธรรมขององค์การ UNESCO ในปี ค.ศ. 2009

▶▶ 추가하면 좋을 문장

대부분 수도 한양에서 40km 내에 있다.

서울 강남에 위치한 선정릉은 성종과 중종의 무덤이며 현재는 서울시민의 휴식처이다.

▷▷ 응용

조선의 문화, 서울의 유네스코 관광지, 경주 대릉원

สุสานหลวง 왕릉　　เหลือเพียง 단지~만 남다　　ที่ตั้ง 위치

ถูกกำหนดตามธรรมเนียมขงจื๊อ 유교관례에 따라 정해지다

12. 하회마을과 양동마을 (세계문화유산 2010)

하회마을과 양동마을은 규모가 크고 보존이 잘 된 한국의 전통 씨족마을 중 하나이다.

하회마을은 안동지방에 있으며 풍산 류씨가 마을의 대표 성씨이다. 양동마을은 경주지방에 있으며 월성 손씨와 여강 이씨가 마을의 대표 성씨이다.

두 마을의 위치는 풍수지리와 유교의 관습에 따라 정해졌으며 다양한 전통 건축물이 많이 남아 있다.

하회마을과 양동마을은 역사적 가치와 문화적 가치를 인정받아 2010년 유네스코 세계문화유산에 등재되었다.

หมู่บ้าน 하회 และหมู่บ้าน 양동
เป็นหนึ่งในหมู่บ้านตระกูลดั้งเดิมที่มีขนาดใหญ่และถูกอนุรักษ์ไว้เป็นอย่างดีในเกาหลี
หมู่บ้าน 하회 ตั้งอยู่ในจังหวัด 안동 และมีคนนามสกุล 풍산 류 มากที่สุดประจำท้องถิ่นนี้
ส่วนหมู่บ้าน 양동 ตั้งอยู่ในจังหวัด 경주 อีกทั้งมีคนนามสกุล 월성 손 และ 여강 이
มากที่สุดประจำท้องถิ่นนี้เช่นกัน
หมู่บ้านทั้งสองแห่งนี้ตั้งตามหลักภูมิศาสตร์ฮวงจุ้ยและลัทธิขงจื๊อ
ซึ่งเราจะสามารถพบอาคารแบบดั้งเดิมมากมายที่หมู่บ้านดังกล่าว
เนื่องจากหมู่บ้าน 하회 และหมู่บ้าน 양동 มีคุณค่าทางประวัติศาสตร์
และทางวัฒนธรรม จึงได้รับการขึ้นทะเบียนเป็นมรดกโลกทางวัฒนธรรมโดยองค์การ
UNESCO ในปี ค.ศ. 2010

▶▶ 추가하면 좋을 문장
안동의 대표적인 축제는 안동 국제탈춤페스티벌과 안동 선유줄불놀이 등이 있다.
영국의 엘리자베스 여왕과 앤드류 왕자, 미국의 조지 부시 대통령이 하회마을을 방문한 적이 있다.

▷▷ 응용
하회별신굿탈놀이, 한옥마을 (북촌, 남산골, 전주 등) 비교

ตระกูล 씨족, 가문	นามสกุล 성씨	ท้องถิ่น 지역, 지방
ดังกล่าว 위에 언급한	ประจำท้องถิ่น 지역의, 지역에서	

13. 남한산성 (세계문화유산 2014)

남한산성은 경기도 광주에 위치한 산성이다. 조선시대 인조가 전쟁 시 임시대피처로 사용하기 위해 개축했다. 길이는 약 12km이며 남한산성 안에는 왕의 처소, 종묘, 사직단 등이 있어 청과의 전쟁 (병자호란) 중에는 임시수도로 쓰였다. 남한산성은 조선의 건축과 무기 발전에 대한 역사적 가치와 연구적 가치를 인정받아 2014년 유네스코 세계문화유산에 등록되었다.

남한산성 เป็นป้อมปราการบนภูเขาในจังหวัด 광주 ในภูมิภาค 경기도

ซึ่งพระเจ้า 인조 แห่งราชวงศ์โชซอนได้สร้างป้อมปราการ 남한산성 ขึ้นใหม่

เพื่อเป็นที่หลบภัยชั่วคราวในช่วงสงคราม

ป้อมปราการ 남한산성 มีความยาวประมาณ 12 กิโลเมตร

และเนื่องจากภายในป้อมปราการ นั้นมีทั้งที่ประทับของกษัตริย์ ศาลเจ้า 종묘

ศาลขอพรพระเจ้า 사직단 และอื่นๆอีกมากมาย

ป้อมปราการ 남한산성 จึงได้เป็นเมืองหลวงชั่วคราวในช่วงสงครามกับราชวงศ์ชิง 병자호란 อีกด้วย

เนื่องจากป้อมปราการ 남한산성 มีคุณค่าทางประวัติศาสตร์และทางวิชาการ

เกี่ยวกับสถาปัตยกรรมและอาวุธในสมัยโชซอน

จึงได้รับการขึ้นทะเบียนเป็นมรดกโลกทางวัฒนธรรมโดยองค์การ UNESCO ในปี

ค.ศ. 2014

▶▶ 추가하면 좋을 문장
병자호란 때 인조는 47일 동안 남한산성에서 항거하였다.

▷▷ 응용
수원화성, 한양도성

ป้อมปราการบนภูเขา 산성	ที่หลบภัยชั่วคราว 임시대피소	ศาลขอพรพระเจ้า 사직단
สงครามกับราชวงศ์ชิง 청과의 전쟁 (병자호란)		อาวุธ 무기, 군사설비

14. 백제역사유적지구 (세계문화유산 2015)

백제는 삼국시대 세 나라 중 하나이다. 한반도 남서쪽에 위치했으며 700여 년의 오랜 역사를 가지고 있다. 백제는 중국, 일본과 다양한 문화교류가 있었고 일본에 불교를 전파하였다. 백제의 문화는 신라의 문화에 비해 기품 있고 간결하다. 백제는 660년 신라에 의해 멸망하였다.

백제역사유적지구는 공주, 부여, 익산에 있는 중요한 백제 유적지들로 이루어져 있다.
1. 공주에는 공산성과 무령왕릉이 있다.
2. 부여에는 부소산성과 정림사지, 부여왕릉원이 있다.
3. 익산에는 미륵사지와 왕궁리유적이 있다
백제역사유적지구는 역사적 가치와 문화적 가치를 인정받아 2015년 유네스코 세계문화유산으로 등재되었다.

อาณาจักร 백제 เป็นหนึ่งในอาณาจักรในช่วงสามราชอาณาจักร
ที่ตั้งอยู่ทางตะวันตกเฉียงใต้ของคาบสมุทรเกาหลี มีประวัติศาสตร์ยาวนานกว่า 700
ปีด้วยกัน
อาณาจักร 백제 นั้นมีการแลกเปลี่ยนทางวัฒนธรรมกับจีนและญี่ปุ่นมากมาย
อีกทั้งยังได้ถ่ายทอดพุทธศาสนาให้กับญี่ปุ่นอีกด้วย
วัฒนธรรม 백제 นั้นมีความสง่างามและเรียบง่ายเมื่อเทียบกับวัฒนธรรม 신라
อาณาจักร 백제 ถูกทำลายโดยอาณาจักร 신라 ในปี ค.ศ. 660

แหล่งประวัติศาสตร์ของอาณาจักร 백제 นั้น ได้แก่ จังหวัด 공주 부여 และ 익산 ดังนี้

1. ในเมือง 공주 มีป้อมปราการ 공산성 และหลุมฝังศพ 무령왕릉

2. ในเมือง 부여 มีป้อมปราการ 부소산성 ร่องรอยวัด 정림사지 และสุสาน 부여왕릉원

3. ในเมือง 익산 มีร่องรอยวัด 미륵사지 และ ร่องรอยพระราชวัง 왕궁리 유적

เนื่องจากแหล่งประวัติศาสตร์ 백제 นั้นมีคุณค่าทางประวัติศาสตร์และทางวัฒนธรรม

จึงได้รับการขึ้นทะเบียนเป็นมรดกโลกทางวัฒนธรรมโดยองค์การ UNESCO ในปี ค.ศ. 2015

▶▶ 추가하면 좋을 문장

무령왕릉은 송산리고분군에 있는 백제 무령왕의 무덤으로 벽돌로 지어졌으며 금관과 함께 많은 보물이 발견되었다.

▷▷ 응용

경주역사유적지구, 삼국시대

ความสง่างาม 기품, 품위	เรียบง่าย 간결하다	ดังนี้ 이와 같이
ทางตะวันตกเฉียงใต้ 남서쪽		ร่องรอยพระราชวัง 왕궁 터

15. 산사, 한국의 산지승원 (세계문화유산 2018)

산사는 산에 지어진 불교사찰이다. 한국에는 유서 깊은 7개 사찰이 있고 대부분 삼국시대에 창건되었으며 1,000년이 넘는 역사를 가지고 있다.

조선시대에 불교가 쇠퇴하여 도시에 가까운 절은 사라졌고 깊은 산속에 위치한 절들은 살아남아 한국의 불교를 보존하였다. 산사는 승려와 신자들이 수행과 생활을 함께하며 불교전통을 이어가는 곳이었다. 지금은 많은 관광객들이 템플스테이를 경험하기 위해 산사를 방문한다.

7개 산사는 역사적 가치와 불교 문화적 가치가 높아 2018년 유네스코 세계문화유산에 등재되었다.

산사 เป็นวัดที่อยู่ในภูเขา ซึ่งในเกาหลีมี 산사 ที่มีชื่อเสียงอยู่ 7 แห่ง

ส่วนใหญ่ 산사 ถูกสร้างขึ้นในสมัยสามราชอาณาจักรเกาหลี

จึงมีประวัติศาสตร์อันยาวนานกว่า 1,000 ปีด้วยกัน

ในสมัยราชวงศ์โชซอน ศาสนาพุทธเริ่มเสื่อมลง

วัดพุทธที่อยู่ใกล้กับเมืองหลวงก็ถูกทำลายไป เหลือเพียงวัดที่อยู่ลึกเข้าไปในภูเขา

ซึ่งวัดเหล่านี้สามารถรักษาวัฒนธรรมพุทธศาสนาของเกาหลีไว้ได้จนถึงทุกวันนี้

วัด 산사 นั้นเป็นสถานที่ที่พระสงฆ์และพุทธศาสนิกชนใช้อาศัย

และประกอบศาสนกิจร่วมกันเพื่อสืบทอดประเพณีทางพระพุทธศาสนาต่างๆ

ปัจจุบันนักท่องเที่ยวจำนวนมากมาเยี่ยมชมวัด 산사 เพื่อสัมผัสกับโปรแกรม Temple Stay นั่นเอง

เนื่องจากวัด 산사 มีคุณค่าทางประวัติศาสตร์และทางวัฒนธรรมพุทธศาสนา

산사 ทั้ง 7 แห่ง จึงได้รับการขึ้นทะเบียนเป็นมรดกโลกทางวัฒนธรรมขององค์การ UNESCO ในปี ค.ศ. 2018

▶▶ 추가하면 좋을 문장

등재 산사: 양산 통도사, 영주 부석사, 안동 봉정사, 보은 법주사, 공주 마곡사, 해남 대흥사, 순천 선암사

한국불교는 오랜 시간 동안 민간신앙과 결합하여 한국문화에 많은 영양을 주었다.

▷▷ 응용

템플스테이, 한국의 불교의 역사, 삼보사찰

วัดที่อยู่ในภูเขา 산사	ด้วยกัน 더불어	ลึก 깊은
พุทธศาสนิกชน 불교신자	ประกอบศาสนกิจ 종교활동(수행)을 하다	

16. 한국의 서원 (세계문화유산 2019)

서원은 조선시대에 유교를 가르치던 사립 교육기관이다. 16세기 조선의 유명한 유학자들은 은퇴 후 고향으로 돌아가 서원을 세우고 유교를 가르쳤다. 서원은 학업을 위한 공간과 제사를 위한 공간으로 나뉘어 있었고 유교 관례에 따라 돌아가신 선현의 제사를 지냈다.

최초의 서원은 영주의 소수서원이며 유명한 서원으로는 퇴계 이황이 만든 안동의 도산서원이 있다.

역사적 가치와 문화적 가치를 인정받아 2019년 9개 서원 〈소수서원, 남계서원, 옥산서원, 도산서원, 필암서원, 도동서원, 병산서원, 무성서원, 돈암서원〉이 유네스코 세계문화유산에 등재되었다.

서원 คือโรงเรียนเอกชนของลัทธิขงจื๊อในสมัยราชวงศ์โชซอน

ช่วงศตวรรษที่ 16 ในสมัยโชซอน

นักปราชญ์ขงจื๊อที่มีชื่อเสียงได้กลับไปบ้านเกิดหลังเกษียณ

แล้วจัดตั้งโรงเรียนขงจื๊อขึ้นเพื่อสอนลัทธิขงจื๊อให้กับนักเรียน

서원 ถูกแบ่งออกเป็นพื้นที่สำหรับใช้เรียนหนังสือกับพื้นที่สำหรับทำพิธีกรรม

ซึ่งตามหลักปฏิบัติของลัทธิขงจื๊อนั้น

เราจะจัดพิธีไหว้บรรพบุรุษให้แก่นักปราชญ์ที่ล่วงลับไปแล้ว

โดย 서원 แห่งแรก คือ 소수서원 ในจังหวัด 영주

ส่วน 서원 ที่มีชื่อเสียง ได้แก่ 도산서원 ในจังหวัด 안동 ซึ่งถูกสร้างขึ้นโดยนักปราชญ์ 퇴계 이황 นั่นเอง

เนื่องจาก 서원 มีคุณค่าทางประวัติศาสตร์และทางวัฒนธรรม

서원 ทั้ง 9 แห่ง จึงได้รับการขึ้นทะเบียนเป็นมรดกโลกทางวัฒนธรรมขององค์การ UNESCO ในปี ค.ศ. 2019

▶▶ 추가하면 좋을 문장
보통 서원은 마을과 떨어진 조용한 지역에 있고 여자는 들어갈 수 없다.
조선 중기부터 1,000여개의 서원이 세워졌으며 조선 후기에는 47개만 남았다.
▷▷ 응용
퇴계 이황 (한국의 지폐인물), 조선의 유교문화, 향교

| โรงเรียนเอกชน 사립학교 | เกษียณ 은퇴하다 | จัดตั้ง 설립하다 |
| ล่วงลับ 세상을 떠나다 | พิธีกรรม 의식 | |

17. 종묘제례와 종묘제례악 (인류무형문화유산 2001)

조선시대에는 유교의 전통에 따라 종묘에서 매년 왕과 왕비의 제사인 종묘제례를 지냈다.
종묘제례악은 종묘제례에 쓰이는 음악이며 대표적인 궁중음악이다. 종묘제례악은 보태평과 정대업으로 이루어져 있으며 세종대왕이 만들었다. 또한 종묘제례는 제례악과 함께 64명의 무용수가 팔일무를 춘다. 종묘제례와 종묘제례악은 역사적 가치와 예술적 가치를 인정받아 2001년 유네스코 인류무형문화유산에 등재되었다.

ตามประเพณีของลัทธิขงจื๊อในสมัยราชวงศ์โชซอนนั้น เราจะทำพิธีไหว้บรรพบุรุษ 종묘제례 ให้กษัตริย์และราชินีที่สวรรคตไปแล้วทุกปีที่ศาลเจ้า 종묘

종묘제례악 นั้นเป็นเพลงที่ใช้ในพิธี 종묘제례 ที่จัดขึ้นในศาลเจ้า 종묘 อีกทั้งยังนับเป็นหนึ่งในเพลงราชวงศ์ของโชซอนอีกด้วย

종묘제례악 ประกอบด้วยเพลง 보태평 และเพลง 정대업 โดยเพลง 보태평 และ 정대업 นั้นแต่งขึ้นโดยพระเจ้า 세종 นั่นเอง

โดยพิธี 종묘제례 นั้นนักเต้น 64 คนจะแสดงการเต้นรำแบบดั้งเดิม 팔일무 พร้อมกับเพลง 종묘제례악

เนื่องจาก พิธี 종묘제례 กับ เพลง 종묘제례악 นั้น มีคุณค่าทางประวัติศาสตร์ และทางวัฒนธรรม จึงได้รับการขึ้นทะเบียนเป็นมรดกทางวัฒนธรรมที่จับต้องไม่ได้ ขององค์การ UNESCO ในปี ค.ศ. 2001

▶▶ 추가하면 좋을 문장
현재는 종묘에서 매년 5월 첫째 주에 종묘제례가 열린다.

▷▷ 응용
종묘(유네스코 세계문화유산), 조선의 유교문화

> เพลงราชวงศ์ 궁중음악(노래)　　　　นักเต้น 무용수　　　　การเต้นรำแบบดั้งเดิม 전통무용
> มรดกวัฒนธรรมที่จับต้องไม่ได้(ของมนุษยชาติ) (인류)무형문화유산

18. 판소리 (인류무형문화유산 2003)

판소리는 조선시대부터 전해지는 이야기 노래(구비서사시)이다. 〈판〉은 여러 사람이 모인 장소를 뜻하고 〈소리〉는 노래를 뜻한다.

판소리에서 고수는 북을 치고, 소리꾼이 노래하며 소리는 창, 아니리, 너름새로 구성되어 있다.

판소리는 17세기 전라도에서 시작되었고, 현재는 춘향가, 적벽가, 수궁가, 심청가, 흥보가 다섯개의 판소리만이 전해진다. 판소리는 2003년 유네스코 인류무형문화유산에 등재되었다.

판소리 เป็นศิลปะการร้องเพลงผสมการเล่าเรื่องที่มีมาตั้งแต่สมัยราชวงศ์โชซอน

판 หมายถึง สถานที่ที่ผู้คนจำนวนมากมารวมกัน และ 소리 หมายถึง เพลง นั่นเอง

การแสดง 판소리 ใช้คนตีกลองและนักร้องแสดงร่วมกัน ซึ่ง 판소리 ประกอบด้วย 창 아니리 และ 너름새

โดย 판소리 เริ่มขึ้นในภูมิภาค 전라도 ในศตวรรษที่ 17

ปัจจุบันเหลือ 판소리 อยู่ 5 ชนิดด้วยกัน ได้แก่ 춘향가 적벽가 수궁가 심청가 และ 흥보가

การแสดง 판소리 ได้รับการขึ้นทะเบียนเป็นมรดกทางวัฒนธรรมที่จับต้องไม่ได้ขององค์การ UNESCO ในปี ค.ศ. 2003

▶▶ 추가하면 좋을 문장

지역에 따라 동편제, 서편제, 중고제로 나뉜다.

▷▷ 응용

조선시대의 음악예술, 대표적인 유네스코 인류무형문화유산 소개

การร้องเพลงผสมการเล่าเรื่อง 이야기노래　คนตีกลอง 북 연주자
นักร้อง 가수　เริ่มขึ้น 시작하다, 비롯되다　ชนิด 종류

19. 강릉단오제 (인류무형문화유산 2005)

단오는 한국의 큰 명절 중 하나이다. 매년 음력 5월 5일에 마을 사람들은 씨름과 널뛰기를 즐기고 수리취떡을 먹고 창포물에 머리를 감는다. 단오는 마을의 악재를 쫓고 풍년을 기원하는 날이다.

강릉에서 열리는 강릉 단오제는 한국의 큰 축제 중에 하나이다. 단오제 기간동안 관노가면극, 민요 오독떼기 공연과 가장 큰 난장 시장이 열린다.

강릉단오제는 2005년 유네스코 인류무형문화유산에 등재되었다.

단오 เป็นหนึ่งในวันหยุดที่ยิ่งใหญ่ที่สุดในเกาหลี

วันที่ 5 เดือนพฤษภาคมของทุกปีตามปฏิทินจันทรคติชาวบ้านจะเล่นมวยปล้ำ 씨름

เล่นกระโดดไม้กระดก 널뛰기 กิน 수리취떡 และสระผมด้วยน้ำสกัดดอก 창포

단오 เป็นวันที่เราอธิษฐานเพื่อขับไล่สิ่งชั่วร้ายให้ออกไปจากหมู่บ้าน

และเพื่อเป็นการอธิษฐานให้มีผลผลิตที่ดี

เทศกาล 강릉단오제 เป็นหนึ่งในเทศกาลที่ใหญ่ที่สุดในประเทศเกาหลี

โดยจะจัดขึ้นที่จังหวัด 강릉

ภายในงานจะมีการแสดงระบำหน้ากาก 관노가면극, การแสดงเพลงพื้นบ้าน 오독떼기

และมีตลาด 난장 ที่ใหญ่ที่สุดแห่งหนึ่งในเกาหลีอีกด้วย

เทศกาล 강릉단오제 นั้นได้รับการขึ้นทะเบียนเป็นมรดกทางวัฒนธรรมที่จับต้องไม่ได้

จากองค์การ UNESCO ในปี ค.ศ. 2005

▶▶ 추가하면 좋을 문장

한국의 단오는 불교, 유교, 민간신앙이 합쳐진 문화이다.

단오의 다른 이름은 수릿날, 천중절 등이 있다.

▷▷ 응용

한국의 명절, 한국의 축제

| ยิ่งใหญ่ 크다, 중요하다 | เดือนพฤษภาคม 5월 | น้ำสกัด 추출물 |
| การเล่นกระโดดไม้กระดก 널뛰기 | | สระผม 머리를 감다 |

20. 강강술래 (인류무형문화유산 2009)

강강술래는 대표적인 서민의 민속놀이이다. 전라남도 지방에서 전해지는 강강술래는 매년 추석명절에 열린다. 강강술래는 마을의 불운을 몰아내고 풍년을 기원하기 위한 놀이이며, 약 20~30 명의 여자들이 손을 잡고 원을 그리며 노래하고 춤을 추었다. 강강술래는 역사적 가치와 문화적 가치를 인정받아 2009년 유네스코 인류무형문화유산에 등재되었다.

강강술래 เป็นการละเล่นพื้นบ้านของคนทั่วไป

ซึ่งจะจัดขึ้นทุกปีในวัน 추석 ที่ภูมิภาค 전라남도 ของประเทศเกาหลี

강강술래 เป็นการละเล่นที่มีขึ้นเพื่อขับไล่สิ่งชั่วร้ายให้ออกไปจากหมู่บ้าน

และเพื่อเป็นการอธิษฐานให้มีผลผลิตที่ดี

ปกติการละเล่น 강강술래 นั้น ผู้หญิงประมาณ 20 ถึง 30

คนจะจับมือยืนล้อมกันร้องเพลงเต้นรำ และหมุนเป็นวงกลม

เนื่องจากการละเล่น 강강술래 มีคุณค่าทางประวัติศาสตร์และทางวัฒนธรรม

จึงได้รับการขึ้นทะเบียนเป็นมรดกทางวัฒนธรรมที่จับต้องไม่ได้จากองค์การ

UNESCO ในปี ค.ศ. 2009

▶▶ 추가하면 좋을 문장
임진왜란 때 이순신 장군이 아군의 수를 늘려 보이기 위해 강강술래를 명령했다는 설이 있다.

▷▷ 응용
추석, 한국의 민속놀이

การอธิษฐานให้มีผลผลิตที่ดี 풍년을 기원하는 것	จับมือ 손을 잡다
ยืนล้อม 둘러서다	หมุนเป็นวงกลม 원형으로 돌다

21. 남사당놀이 (인류무형문화유산 2009)

남사당놀이는 조선시대 대표적인 서민의 민속놀이이다.

약 50 명의 남사당이 전국을 유랑하며 춤, 노래, 곡예 등을 공연하였다.

남사당놀이는 6개의 막 (풍물, 버나, 살판, 어름, 덧뵈기, 덜미)으로 구성되어 있다.

대표적인 남사당놀이는 안성의 바우덕이 축제이다.

남사당놀이는 문화적 가치를 인정받아 2009년 유네스코 인류무형문화유산에 등재되었다.

남사당놀이 เป็นการละเล่นพื้นบ้านของคนทั่วไปในสมัยราชวงศ์โชซอน

การละเล่น 남사당놀이 นั้นจะใช้นักแสดงชายประมาณ 50 คนในการเต้นรำ ร้องเพลง

และแสดงกายกรรม โดยจะออกแสดงทัวร์ไปทั่วประเทศนั่นเอง

남사당놀이 ประกอบไปด้วยการแสดง 6 อย่าง ได้แก่ 풍물 버나 살판 어름 덧뵈기 และ 덜미

การละเล่น 남사당놀이 ที่เป็นที่นิยมนั้นอยู่ในเทศกาล 바우덕이 ในจังหวัด 안성

เนื่องจากการละเล่น 남사당놀이 มีคุณค่าทางวัฒนธรรม

จึงได้รับการขึ้นทะเบียนเป็นมรดกทางวัฒนธรรมที่จับต้องไม่ได้จากองค์การ

UNESCO ในปี ค.ศ. 2009

▶▶ 추가하면 좋을 문장

남사당놀이의 내용은 부패한 양반을 풍자하고 마을 사람들을 즐겁게 하는 것이다.

▷▷ 응용

탈춤, 농악, 줄타기, 우리나라의 축제

นักแสดงชาย 남자배우   ออกแสดงทัวร์ 유랑하다   ทั่วประเทศ 전국

แสดงการเต้นรำ ร้องเพลง และกายกรรม 춤, 노래, 곡예를 보여주다

22. 처용무 (인류무형문화유산 2009)

처용무는 한국의 대표적인 궁중 탈춤이다. 1,000년 전 신라시대 처용설화 이야기를 바탕으로 한다.
처용무는 궁궐의 나쁜 기운을 쫓아내고 복을 기원하기 위한 탈춤이다. 다섯 명의 남자가 다섯 가지 색
의 옷을 입고 처용탈을 쓰고 춤을 추는데 다섯가지 색은 음양오행의 오색과 오방을 상징한다.
처용무는 역사적 가치와 예술적 가치가 높아 2009년 유네스코 인류무형문화유산으로 등재되었다.

ระบำหน้ากาก 처용무 เป็นตัวแทนระบำหน้ากากชาววังของประเทศเกาหลี
ซึ่งระบำหน้ากาก 처용무 นี้ถูกประดิษฐ์ขึ้นมาจากเรื่องราวของ 처용 ในสมัยราชวงศ์ 신라
เมื่อ 1,000 ปีก่อน
เราเชื่อว่าระบำหน้ากาก 처용무 ช่วยขับไล่สิ่งไม่ดีและเป็นการขอพรให้โชคดี
ปกติระบำหน้ากาก 처용무 ใช้ผู้แสดงชาย 5 คน สวมเสื้อผ้า 5 สี พร้อมใส่หน้ากาก 처용
แล้วออกมาเต้นรำ
ซึ่งสีทั้ง 5 สีเป็นสัญลักษณ์ของ 5 สีและทิศทางของ 음양오행 ทั้งห้านั่นเอง
เนื่องจากระบำหน้ากาก 처용무 มีคุณค่าทางประวัติศาสตร์และทางศิลปะ
จึงได้รับการขึ้นทะเบียนเป็นมรดกทางวัฒนธรรมที่จับต้องไม่ได้ขององค์การ
UNESCO ในปี ค.ศ. 2009

▶▶ 추가하면 좋을 문장
처용설화는 동해 용왕의 아들 처용이 노래를 부르고 춤을 추어 역신으로부터 인간 아내를 구했다는 신라시대
설화이다.

▷▷ 응용
탈춤, 궁중예술

ตัวแทนระบำหน้ากากชาววัง 대표적인 궁중탈춤	ทิศทาง 방향
เชื่อว่า ~이라고 믿다, 생각해 오다	การขอพรให้โชคดี 복을 비는 것

23. 제주칠머리당영등굿 (인류무형문화유산 2009)

제주칠머리당영등굿은 매년 음력 2월 제주도에서 열리는 굿이다. 영등굿이 열리면 심방(무당)과 마을 사람들은 바람의 신 영등할망에게 잔잔한 바다와 풍어를 기원하고 제주의 해녀와 선주들은 굿을 위해 많은 음식을 준비한다.

제주칠머리당영등굿은 자연을 존중하는 제주도의 문화이며 그 가치를 인정받아 2009년 유네스코 인류무형문화유산에 등재되었다.

พิธี 제주칠머리당영등굿 เป็นพิธีขอพรพระเจ้าที่จัดขึ้นในเกาะเชจู

ในเดือนกุมภาพันธ์ของทุกปีตามปฏิทินจันทรคติ

ชาวบ้านกับผู้ทำพิธีในหมู่บ้านจะอธิษฐานต่อเทพเจ้าแห่งสายลมที่ชื่อว่า 영등할망

ให้ทะเลสงบและจับปลาได้เยอะๆ

โดยจะมีนักดำน้ำหญิง 해녀 กับชาวเรือที่จะคอยเตรียมอาหารมากมายไว้

สำหรับทำพิธีกรรม

พิธี 제주칠머리당영등굿 นี้เป็นวัฒนธรรมของเกาะเชจูที่แสดงถึงความเคารพ

ต่อธรรมชาติ ซึ่งสิ่งนี้เองได้รับการยอมรับจากองค์การ UNESCO ทำให้พิธี 제주칠머리

당영등굿 ได้รับการขึ้นทะเบียนเป็นมรดกทางวัฒนธรรมที่จับต้องไม่ได้ในปี ค.ศ. 2009

นั่นเอง

▶▶ 추가하면 좋을 문장
오늘날에는 제주시 건입동 본향당에서 열리며 영등환영제로 시작하고 영등송별제로 굿을 마무리한다.

▷▷ 응용
제주도의 문화, 해녀, 한국의 민간신앙

พิธีขอพรพระเจ้า 신에게 기원하는 제사의식   ผู้ทำพิธี 무당, 심방

เทพเจ้าแห่งสายลม 바람의 신   ชาวเรือ 선주, 선원   ได้รับการยอมรับ 인정받다

24. 아리랑 (인류무형문화유산 2012)

아리랑은 대표적인 서민의 전통민요이다. 아리랑은 한국에서 가장 유명한 노래로 모든 사람이 부를 수 있으며 한국인의 정체성을 표현하는 노래이다. 또한 시대를 초월한 민족성을 가지고 있으며 모든 지역에서 찾아볼 수 있다.

대표적인 아리랑은 진도아리랑, 정선아리랑, 밀양아리랑 등이 있다.

아리랑은 역사적 가치와 문화적 가치가 높아 2012년 유네스코 인류무형문화유산에 등재되었다.

เพลง 아리랑 เป็นเพลงพื้นบ้านของคนทั่วไป

ซึ่งนับเป็นเพลงที่มีชื่อเสียงที่สุดในเกาหลี ทุกคนสามารถร้องได้

아리랑 เป็นเพลงที่แสดงออกถึงตัวตนของชาวเกาหลี

อีกทั้งยังมีเอกลักษณ์ประจำชาติที่นับเป็นอมตะและสามารถพบได้ในทุกๆท้องถิ่นอีกด้วย

ซึ่งเพลง 아리랑 ที่เป็นที่นิยมนั้นได้แก่ 진도아리랑 정선아리랑 และ 밀양아리랑

เนื่องจากเพลง 아리랑 มีคุณค่าทางประวัติศาสตร์และทางวัฒนธรรม

จึงได้รับการขึ้นทะเบียนเป็นมรดกทางวัฒนธรรมที่จับต้องไม่ได้ขององค์การUNESCO ในปี ค.ศ. 2012

▶▶ 추가하면 좋을 문장

지역마다 아리랑이 전승되고 있으며 전국에 약 3,600여 곡의 아리랑이 있다.

▷▷ 응용

한국의 전통음악, 가곡, 판소리

เพลงพื้นบ้าน 민요　　ร้อง 노래하다

ตัวตน 정체성　　เอกลักษณ์ประจำชาติ 민족성　　อมตะ 시대를 초월하다, 불멸하다

25. 김장 (인류무형문화유산 2013)

김장은 한국의 오랜 전통이며 김치를 만드는 모든 과정이다. 보통 매년 11월에 가족이 함께 또는 마을 사람들과 함께 김치를 만들며 이것은 마을의 공동체 의식을 강하게 한다.
김치는 대표적인 한국의 발효 음식이며 200여 종류의 김치가 있다. 한국인은 매 식사 때마다 김치를 먹는다. 김치는 신선한 채소로 만들고 미네랄과 유산균이 많아 소화를 돕고 면역력을 높이며 건강에 이롭다. 매년 11월에 김치축제가 열리며 김장문화는 2013년 유네스코 인류무형문화유산에 등재되있다.

김장 เป็นกระบวนการทุกขั้นตอนของการทำกิมจิ ซึ่ง 김장 นั้นเป็นประเพณี
ที่มีมายาวนานในเกาหลี โดยปกติในเดือนพฤศจิกายนของทุกปี
เราจะทำกิมจิกันในครอบครัวหรือทำร่วมกันกับเพื่อนบ้าน
ซึ่งการทำ 김장 จะช่วยกระชับความสัมพันธ์ในชุมชนอีกด้วย
กิมจิเป็นตัวแทนอาหารหมักดองของประเทศเกาหลี โดยมีมากกว่า 200 ชนิดด้วยกัน
คนเกาหลีกินกิมจิทุกมื้อ เนื่องจากกิมจิมีประโยชน์และดีต่อสุขภาพมาก
เพราะทำมาจากผักสด อีกทั้งยังมีแร่ธาตุกับแลคโตบาซิลลัสที่ช่วยในการย่อยอาหาร
และเสริมภูมิคุ้มกันอีกด้วย
ทุกเดือนพฤศจิกายนของทุกปีนั้นจะมีการจัดเทศกาลกิมจิขึ้นที่ประเทศเกาหลี
วัฒนธรรม 김장 ได้รับการขึ้นทะเบียนเป็นมรดกทางวัฒนธรรมที่จับต้องไม่ได้
ขององค์การ UNESCO ในปี ค.ศ. 2013

▶▶ 추가하면 좋을 문장

〈김치 담그기〉

1. 배추를 소금물에 절인다 → 2. 무, 마늘, 고춧가루, 젓갈 등으로 양념을 만든다 → 3. 절인 배춧잎에 양념을 바른다 → 4. 김장독에 보관한다

▷▷ 응용

김치, 한식, 한국의 축제, 외국인에게 한국 음식을 추천한다면?

กระบวนการ 과정 | ขั้นตอน 단계, 절차
เดือนพฤศจิกายน 11월 | ประโยชน์ 유익 | แลคโตบาซิลลัส 락토바실러스

26. 농악 (인류무형문화유산 2014)

농악은 대표적인 농민의 민속예술이다. 보통 설날, 추석과 같은 큰 명절에 농촌에서 열린다.

농악은 마을의 악재를 쫓아내고 풍년을 기원하기 위해 열리며 이것은 마을 사람들의 공동체 관계를 강하게 한다. 농악 연주에는 징, 꽹과리, 북, 장구를 사용한다. 지금은 매일 한국민속촌에서 농악 놀이를 볼 수 있다.

농악은 역사적가치와 문화적 가치를 인정받아 2014년 유네스코 인류무형문화유산에 등재되었다.

การแสดง 농악 เป็นศิลปะพื้นบ้านของชาวนา

โดยปกติจะจัดขึ้นในชนบทในช่วงวันเทศกาล เช่น วันขึ้นปีใหม่ 설날 วันเทศกาล 추석 เป็นต้น

농악 เป็นการแสดงที่จัดขึ้นเพื่อขับไล่สิ่งชั่วร้ายให้ออกไปจากหมู่บ้าน

และเพื่อเป็นการอธิษฐานให้มีผลผลิตที่ดี

อีกทั้ง 농악 ยังช่วยกระชับความสัมพันธ์ของชุมชนอีกด้วย

การแสดง 농악 นั้น จะใช้เครื่องดนตรี 징 꽹과리 북 และ 장구

เราสามารถชมการแสดง 농악 ได้ทุกวันที่หมู่บ้านพื้นเมืองเกาหลี 한국민속촌

เนื่องจาก 농악 มีคุณค่าทางประวัติศาสตร์และทางวัฒนธรรม

จึงได้รับการขึ้นทะเบียนเป็นมรดกทางวัฒนธรรมที่จับต้องไม่ได้จากองค์การ

UNESCO ในปี ค.ศ. 2014

▶▶ 추가하면 좋을 문장

전통적으로 한국은 농경사회였다.

농악은 농민이 힘든 일을 할 때 능률을 올리고 협동을 불러일으키는 음악이었다.

▷▷ 응용

사물놀이, 풍물, 남사당놀이, 외국인에게 추천하는 한국체험, 한국의 전통음악

ศิลปะพื้นบ้าน 민속예술		ชาวนา 농민
ชนบท 농촌	วันเทศกาล 명절날	ชุมชน 공동체 사회

27. 제주 해녀문화 (인류무형문화유산 2016)

제주 해녀는 바다에서 전복, 해삼, 해초 등을 채취하는 여성 잠수부이다.

해녀는 물안경과 잠수복만 입고 바다에서 산소통 없이 1분 이상 잠수할 수 있으며, 해녀의 기술과 경험을 다음 세대에게 전승하는 것은 제주도의 특별한 문화이다.

해녀문화는 역사적 가치와 문화적 가치를 인정받아 2016년 유네스코 인류무형문화유산에 등재되었다.

해녀 เป็นนักดำน้ำหญิงแห่งเกาะเชจู

ซึ่งพวกเธอจะจับหอยเป๋าฮื้อ ปลิงทะเล และสาหร่ายทะเลต่างๆจากท้องทะเล

โดยเหล่า 해녀 นั้นจะใส่เพียงแค่ชุดดำน้ำกับแว่นตาดำน้ำเท่านั้น

พวกเธอสามารถดำน้ำได้นานกว่า 1 นาทีโดยไม่ต้องใช้ถังออกซิเจน

해녀 จะถ่ายทอดทักษะและประสบการณ์ดำน้ำของพวกเธอให้คนรุ่นต่อไป

ซึ่งนี่ถือเป็นวัฒนธรรมพิเศษของเกาะเชจู

เนื่องจากวัฒนธรรม 해녀 นี้มีคุณค่าทางประวัติศาสตร์และทางวัฒนธรรม

จึงได้รับการขึ้นทะเบียนเป็นมรดกทางวัฒนธรรมที่จับต้องไม่ได้จากองค์การ

UNESCO ในปี ค.ศ. 2016

▶▶ 추가하면 좋을 문장

해녀는 안전과 풍어를 위해 제주칠머리당영등굿에 참여한다.

제주도 구좌읍에 해녀박물관이 있다.

▷▷ 응용

제주도의 문화, 제주칠머리당영등굿

หอยเป๋าฮื้อ 전복 ปลิงทะเล 해삼 สาหร่ายทะเล 해조류

แว่นตาดำน้ำ 물안경 ถังออกซิเจน 산소통 ทักษะ 기술

ประสบการณ์ 경험 คนรุ่นต่อไป 후대

---

28. 씨름 (인류무형문화유산 2018)

씨름은 삼국시대부터 전해 내려오는 한국의 전통 스포츠이다.

씨름은 두 명의 선수가 기술과 힘을 겨루는 스포츠로 〈한국의 레슬링〉이라고 부른다. 두 선수는 각각 빨간색과 파란색의 샅바를 착용하고 안다리걸기, 바깥다리걸기, 들배지기 등의 기술을 사용한다.

씨름은 역사적 가치와 문화적 가치를 인정받아 2018년 유네스코 인류무형문화유산에 등재되었다.

씨름 เป็นกีฬาพื้นบ้านของเกาหลีที่สืบทอดมาตั้งแต่สมัยสามราชอาณาจักร

ซึ่ง 씨름 เป็นกีฬาที่ผู้ชายสองคนจะแข่งขันเทคนิคและความแข็งแกร่งกัน

หรือเราเรียกอีกอย่างว่า "มวยปล้ำเกาหลี"

ผู้เล่นทั้งสองจะผูกผ้าคาดเอวสีแดงและสีน้ำเงินเอาไว้

พวกเขาจะใช้เทคนิคการต่อสู้ต่างๆ เช่น 안다리걸기 바깥다리걸기 들배지기 เป็นต้น

เนื่องจากกีฬา 씨름 มีคุณค่าทางประวัติศาสตร์และทางวัฒนธรรม

จึงได้รับการขึ้นทะเบียนเป็นมรดกทางวัฒนธรรมที่จับต้องไม่ได้จากองค์การ

UNESCO ในปี ค.ศ. 2018

▶▶ 추가하면 좋을 문장

경상남도 창원이 씨름으로 유명하며 씨름 박물관이 있다.

▷▷ 응용

한국의 전통 스포츠, 택견, 태권도

กีฬาพื้นบ้าน 전통 스포츠		แข่งขัน 겨루다, 시합하다
ความแข็งแกร่ง 강인함	มวยปล้ำ 레슬링	ผ้าคาดเอว 천 허리띠

29. 연등회 (인류무형문화유산 2020)

연등회는 신라시대부터 전해오는 불교행사이다. 불교는 4세기 삼국시대에 중국으로부터 진해졌고 고려시대에 불교는 국교가 되었다. 연등회는 고려시대의 가장 큰 축제 중 하나였으며 곳곳에 연등을 달아 부처의 탄생을 축하하고 공양했다. 지금은 사월 초파일 (음력 4월 8일)에 동대문부터 조계사까지 다양한 색의 연등이 달린 길을 따라 연등 축제를 즐긴다.

연등회는 역사적 가치와 문화적 가치를 인정받아 2020년 유네스코 인류무형문화유산에 등재되었다.

연등회 เป็นงานทางพระพุทธศาสนาที่สืบทอดกันมาตั้งแต่สมัย 신라

โดยศาสนาพุทธนั้นได้รับอิทธิพลมาจากประเทศจีน

เข้ามาในเกาหลีช่วงสามราชอาณาจักรซึ่งตรงกับศตวรรษที่ 4 อีกทั้งต่อมาในสมัย 고려

ศาสนาพุทธยังได้กลายเป็นศาสนาประจำชาติอีกด้วย

เทศกาล 연등회 นั้นเป็นหนึ่งในเทศกาลที่ใหญ่ที่สุดในสมัยราชวงศ์ 고려

มีการแขวนโคมไฟทุกหนทุกแห่งและถวายเครื่องบูชาเพื่อเฉลิมฉลองการประสูติของ

พระพุทธเจ้า ในปัจจุบันวันที่ 8 เมษายนตามปฏิทินจันทรคติจะมีการจัดเทศกาล 연등

회 โดยเราจะเพลิดเพลินไปกับโคมไฟดอกบัวหลากสีสันที่ประดับอยู่ตามท้องถนน

ตั้งแต่จาก 동대문 ไปจนถึงวัด 조계사

เทศกาล 연등회 นั้นได้รับการยอมรับว่ามีคุณค่าทางประวัติศาสตร์และทางวัฒนธรรม

จึงได้รับการขึ้นทะเบียนเป็นมรดกวัฒนธรรมที่จับต้องไม่ได้ขององค์การ UNESCO

ในปี ค.ศ. 2020

▶▶ 추가하면 좋을 문장

조선시대 불교는 유교의 영향으로 국가적 규모의 연등회는 축소되었지만 소규모 민간의 축제로 이어져 왔다.

▷▷ 응용

한국의 불교, 외국인에게 추천하는 한국의 축제

งานทางพระพุทธศาสนา 불교행사　　ศาสนาประจำชาติ 국교

แขวนโคมไฟ 등을 걸다　　ทุกหนทุกแห่ง 여기저기, 곳곳에　　ถวายเครื่องบูชา 공양하다

30. 조선왕조실록 (세계기록유산 1997)

조선왕조실록은 조선의 첫 번째 임금 태조부터 25대 임금 철종까지 기록된 역사 기록물이다.
책의 내용은 왕의 연대기 및 조선의 사회, 정치, 외교, 경제, 법, 산업, 예술, 종교 등을 담고 있다.
비록 왕이라도 생전에는 자신에 관한 기록을 읽어볼 수 없었고 그 기록은 왕이 승하한 후 편찬하였다.
그래서 조선왕조실록은 가장 정확한 사실 기록물로 여겨진다.
조선왕조실록은 역사적 가치와 문화적 가치를 인정받아 1997년 유네스코 세계기록유산에 등재되었다.

พงศาวดารแห่งราชวงศ์โชซอนหรือภาษาเกาหลีเรียกว่า 조선왕조실록 เป็นบันทึกและพงศาวดารตั้งแต่สมัยพระเจ้า 태조 กษัตริย์องค์แรกแห่งราชวงศ์โชซอนจนถึงพระเจ้า 철종 กษัตริย์องค์ที่ 25 แห่งราชวงศ์โชซอน
เนื้อหาของ 조선왕조실록 นั้นประกอบไปด้วย ชีวประวัติของกษัตริย์ สังคม การเมือง การทูต เศรษฐกิจ กฎหมาย อุตสาหกรรม ศิลปะ ศาสนา ฯลฯ
ในสมัยราชวงศ์โชซอน ตอนกษัตริย์ยังมีชีวิตอยู่ พระองค์จะไม่สามารถอ่านบันทึกของตัวเองได้ เพราะได้มีการตีพิมพ์บันทึกนี้หลังจากที่กษัตริย์สวรรคตไปแล้ว
ดังนั้นจึงนับว่าพงศาวดารแห่งราชวงศ์โชซอนนั้นเป็นบันทึกที่เป็นความจริง
เนื่องจากพงศาวดาร 조선왕조실록 มีคุณค่าทางประวัติศาสตร์และทางวัฒนธรรม จึงได้รับการขึ้นทะเบียนเป็นความทรงจำแห่งโลกโดยองค์การ UNESCO ในปี ค.ศ. 1997

▶▶ 추가하면 좋을 문장

처음에는 한양, 충주, 전주, 성주 4곳에서 보관하고 있었으나 임진왜란 때 파괴되고 〈전주사고〉만 남았다. 여러 차례 소실될 위기가 있었으나 지금은 서울대학교 규장각과 국립고궁박물관에 보관되어 있다.

▷▷ 응용

조선왕조시대, 승정원일기, 일성록

พงศาวดาร 실록, 연대기	ชีวประวัติของกษัตริย์ 왕의 전기
บันทึกที่เป็นความจริง 사실 기록물	ความทรงจำแห่งโลก 세계기록유산

31. 훈민정음 해례본 (세계기록유산 1997)

훈민정음은 한국의 문자이다. 조선의 네 번째 임금 세종대왕과 집현전 학자들이 만들었다.
그들은 1446년 훈민정음을 편찬하여 반포하였고 이것은 예의와 해례로 구성되어 있었다.
예의는 훈민정음의 창제 목적을 설명하고, 해례는 훈민정음의 창제 원리를 설명하는 책이다.
한글은 14개의 자음과 10개의 모음으로 이루어져 있다. 자음은 발음하는 입 모양을 바탕으로 만들었고, 모음은 하늘, 땅, 인간의 모양을 바탕으로 만들었다. 한글 덕분에 우리는 쉽게 글을 읽고 쓸 수 있게 되었다. 훈민정음 해례본은 역사적 가치와 연구적 가치가 높아 1997년 유네스코 세계기록유산에 등재되었다.

훈민정음 เป็นตัวอักษรภาษาเกาหลีที่ประดิษฐ์ขึ้นโดยพระเจ้า 세종 กษัตริย์องค์ที่ 4 แห่งราชวงศ์โชซอนกับเหล่านักปราชญ์ 집현전
โดยท่านได้ประกาศใช้อักษร 훈민정음 และตีพิมพ์หนังสือที่ประกอบด้วย 예의 กับ 해례 ในปี ค.ศ. 1446
หนังสือ 예의 นั้นจะอธิบายจุดประสงค์ของการประดิษฐ์ 훈민정음 ขึ้น
ส่วนหนังสือ 해례 จะอธิบายเกี่ยวกับวิธีการประดิษฐ์ 훈민정음
อักษรเกาหลี 한글 นั้น ประกอบไปด้วยพยัญชนะ 14 ตัวและสระ 10 ตัว
โดยพยัญชนะถูกประดิษฐ์ขึ้นตามรูปร่างของปากที่ออกเสียงพยัญชนะนั้นๆ
ส่วนสระนั้นถูกประดิษฐ์ขึ้นตามรูปร่างของท้องฟ้า พื้นดิน และมนุษย์
คนเกาหลีสามารถอ่านและเขียนภาษาเกาหลีได้อย่างง่ายดายเพราะ 훈민정음 นั่นเอง
เนื่องจาก 훈민정음 มีคุณค่าทางประวัติศาสตร์และทางวิชาการ
จึงได้รับการขึ้นทะเบียนเป็นความทรงจำแห่งโลกโดยองค์การ UNESCO ในปี ค.ศ. 1997

▶▶ 추가하면 좋을 문장
한글은 창제 목적과 과정을 알 수 있는 세계에서 유일한 문자이다.

▷▷ 응용
세종대왕, 한글, 한류

ตัวอักษร 문자, 글자		ตีพิมพ์หนังสือ 책을 편찬하다
จุดประสงค์ 의도, 목적	พยัญชนะ 자음	สระ 모음

32. 승정원일기 (세계기록유산 2001)

승정원일기는 조선시대 임금의 비서기관인 승정원에서 기록한 일기이다.

조선의 임금의 일과를 적은 기록으로 조선시대 왕의 삶과 왕족의 문화를 알 수 있는 중요한 자료이다.

불행히도 임진왜란과 궁궐 화재 때문에 많은 기록이 사라지고 3,200권 정도만 남았으며, 현재 서울대학교 규장각에 보관되어 있다.

승정원일기는 역사적 가치와 문화적 가치를 인정받아 2001년 유네스코 세계기록유산에 등재되었다.

สมุดบันทึก 승정원 เขียนโดยราชเลขานุการของกษัตริย์ในสมัยราชวงศ์โชซอน

สมุดบันทึก 승정원 นั้นจะบันทึกกิจวัตรประจำวันของกษัตริย์ทุกพระองค์

ในสมัยราชวงศ์โชซอน และเป็นแหล่งข้อมูลสำคัญในการเรียนรู้ชีวิตของกษัตริย์

และวัฒนธรรมชาววังในสมัยราชวงศ์โชซอนอีกด้วย

แต่เป็นที่น่าเสียดายเนื่องจากสงคราม 임진왜란 และเหตุการณ์ไฟไหม้พระราชวัง

สมุดบันทึก 승정원 ได้สูญหายไปหลายเล่ม ซึ่งตอนนี้เหลืออยู่เพียงประมาณ 3,200

เล่มเท่านั้น

ปัจจุบันนี้ สมุดบันทึก 승정원 ถูกเก็บไว้ใน 규장각 ในมหาวิทยาลัยแห่งชาติโซล

เนื่องจากสมุดบันทึก 승정원 มีคุณค่าทางประวัติศาสตร์และทางวัฒนธรรม

จึงได้รับการขึ้นทะเบียนเป็นความทรงจำแห่งโลกโดยองค์การ UNESCO ในปี ค.ศ.

2001

▶▶ 추가하면 좋을 문장

책의 내용에는 왕과 신하의 모든 대화 내용과 왕의 건강 상태도 포함되어 있다.

▷▷ 응용

조선왕조실록, 일성록

สมุดบันทึก 일기장	ราชเลขานุการ 왕의 비서	
กิจวัตรประจำวัน 일과	สูญหาย 소실되다	ถูกเก็บไว้ 보관되어 있다

33. 동의보감 (세계기록유산 2009)

동의보감은 17세기 조선의 의원 허준이 집필한 의학서이다. 이 책은 한국의 의학뿐만 아니라 아시아 여러 나라의 약, 음식, 의학에 관련된 내용도 포함하고 있다.

동의보감은 총 25권이며 내경, 외경, 잡병, 탕액, 침구로 구성되어 있다.

400여 년이 지난 오늘날에도 동의보감은 현대의학에 큰 영향을 주고 있으며 조선시대 의학적 연구가치와 역사적 가치 때문에 2009년 유네스코 세계기록유산에 등재되었다.

동의보감 เป็นหนังสือทางการแพทย์ที่เขียนขึ้นโดยหมอ 허준

ในสมัยราชวงศ์โชซอนในช่วงศตวรรษที่ 17

ซึ่งหนังสือเล่มนี้ไม่ได้เขียนแค่เรื่องยาเกาหลีเท่านั้น แต่ยังเขียนถึง ยา อาหาร

และการแพทย์ของประเทศอื่น ๆ ในเอเชียอีกด้วย

동의보감 มีทั้งหมด 25 เล่มและประกอบด้วย 5 ส่วนด้วยกัน

ได้แก่ 내경 외경 잡병 탕액 และ 침구

จากตอนนั้นจนถึงตอนนี้ แม้ว่าเวลาจะผ่านมาถึง 400 ปีแล้วก็ตาม แต่ตำรา 동의보감

ก็ยังมีอิทธิพลอย่างมากต่อแพทย์แผนปัจจุบัน

เนื่องจาก 동의보감 มีคุณค่าทางวิชาการเกี่ยวกับการแพทย์ในสมัยราชวงศ์โชซอน

และยังมีคุณค่าทางประวัติศาสตร์ จึงได้รับการขึ้นทะเบียนเป็นความทรงจำแห่งโลก

โดยองค์การ UNESCO ในปี ค.ศ. 2009

▶▶ 추가하면 좋을 문장

동의보감은 일본과 중국에서도 여러 차례 간행된 아시아의 중요한 의학서이다.

▷▷ 응용

의료관광, 웰니스관광

หนังสือทางการแพทย์ 의학서		หมอ 의사
เวลาผ่านมา(ไป) 세월이 지나다	ตำรา 교본	แพทย์แผนปัจจุบัน 서양의학

34. 5.18 광주민주화운동기록물 (세계기록유산 2011)

5.18 광주민주화운동기록물은 1980년 광주에서 발생한 민주화 운동에 대한 기록물이다.

5.18 광주민주화운동으로 인해 군에 저항한 많은 시민과 학생들이 죽거나 다쳤다.

이 사건은 필리핀, 베트남, 중국 등 냉전 시대를 겪는 다른 나라에도 영향을 주었다.

사진, 비디오, 책, 문서 등으로 이루어진 5.18 광주민주화운동기록물은 대한민국의 민주화 역사를 알 수 있는 중요한 자료이다. 5.18 광주민주화운동기록물은 역사적가치와 연구적 가치를 인정받아 2011년 유네스코 세계기록유산에 등재되었다.

บันทึกการต่อสู้เพื่อประชาธิปไตยกวางจู 5.18 เป็นบันทึกการเคลื่อนไหวเพื่อ
ประชาธิปไตยของเกาหลีที่เกิดขึ้นในเมืองกวางจูในปี ค.ศ.1980
ในเหตุการณ์นี้มีประชาชนและนักศึกษาจำนวนมากที่ต่อต้านทหารบาดเจ็บ
หรือกระทั่งเสียชีวิต ซึ่งเหตุการณ์นี้นั้นเป็นแบบอย่างให้แก่ประเทศอื่นๆ
ในช่วงสงครามเย็นอีกด้วย ไม่ว่าจะเป็น ฟิลิปปินส์ เวียดนาม จีน ฯลฯ
บันทึกการต่อสู้เพื่อประชาธิปไตยกวางจูเป็นข้อมูลที่ทำให้เราทราบถึงประวัติศาสตร์
ประชาธิปไตยในเกาหลี โดยบันทึกนี้ประกอบด้วยภาพถ่าย คลิปวิดีโอ หนังสือ
และเอกสารต่างๆ
เนื่องจากบันทึกการต่อสู้เพื่อประชาธิปไตยกวางจู 5.18 มีคุณค่าทางประวัติศาสตร์
และทางวิชาการ จึงได้รับการขึ้นทะเบียนเป็นความทรงจำแห่งโลกโดยองค์การ
UNESCO ในปี ค.ศ. 2011

▶▶ 추가하면 좋을 문장

광주시민은 군사독재와 통치를 반대하고 계엄령 철폐, 민주정치 지도자의 석방을 요구했다.

▷▷ 응용

한국의 근대역사, 다크투어리즘 관광지

การต่อสู้ 투쟁		ประชาธิปไตย 민주주의
การเคลื่อนไหว 운동, 움직임	ต่อต้าน 저항하다	แบบอย่าง 귀감, 표본

35. 조선통신사기록물 (세계기록유산 2017)

조선통신사기록물은 조선과 일본의 문화교류에 관한 역사 기록물이다.

17~19세기 동안 조선은 일본의 요청에 따라 조선통신사를 12번 파견하였고, 한국의 문화를 일본에 전파하였다. 이것은 임진왜란 이후 두 나라의 관계회복에 큰 영향을 주었다.

조선통신사기록물은 문화교류기록, 여행기록, 외교문서기록 등을 포함하고 있으며 역사적 가치와 문화적 가치를 인정받아 2017년 유네스코 세계기록유산에 등재되었다.

บันทึก 조선통신사 เป็นบันทึกทางประวัติศาสตร์ในสมัยราชวงศ์โชซอน
ที่เกี่ยวกับการแลกเปลี่ยนวัฒนธรรมของเกาหลีกับญี่ปุ่น
ในช่วงประมาณศตวรรษที่ 17-19 โชซอนได้ส่งคณะทูต 조선통신사 ไปญี่ปุ่น12 ครั้ง
เพื่อเผยแพร่วัฒนธรรมเกาหลีไปให้ญี่ปุ่น
ซึ่งสิ่งนี้เองช่วยให้ทั้งสองประเทศปรองดองกันได้หลังสงครามกับญี่ปุ่น 임진왜란 นั่นเอง
โดยบันทึก 조선통신사 ประกอบไปด้วยบันทึกการแลกเปลี่ยนวัฒนธรรม
บันทึกการเดินทาง และเอกสารทางการทูตต่างๆ
เนื่องจากบันทึก 조선통신사 มีคุณค่าทางประวัติศาสตร์และทางวัฒนธรรม
จึงได้รับการขึ้นทะเบียนเป็นความทรงจำแห่งโลกโดยองค์การ UNESCO ในปี ค.ศ.
2017

▶▶ 추가하면 좋을 문장

보통 한 번에 300~500명 규모의 사절단이 일본을 방문하였다.

사절단을 통한 조선과 일본의 우호적인 관계는 아시아 평화에 영향을 주었다.

▷▷ 응용

조선시대 외교, 임진왜란

เกี่ยวกับ ~에 관하여	คณะทูต 외교사절단
เผยแพร่วัฒนธรรม 문화를 전파하다	ปรองดองกัน 화해하다 เอกสารทางการทูต 외교문서

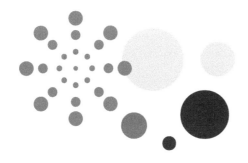

Part.4

관광용어와 관광지

Part. 4는 관광의 종류, 관광용어, 관광정책 등
관광학개론에서 다룬 내용입니다. 용어가 생소하기
때문에 의미를 잘 기억해야 합니다.
SIT, MICE처럼 알파벳 머리글자일 경우 첫 문장
에 풀어서 설명하는 것이 좋습니다.

관광지는 현재 관광객이 자주 방문하는 주요 관광
지 및 체험으로 정리했습니다.

1. FIT

FIT의 뜻은 Foreign Independent Tour (자유개별관광)이다. FIT는 관광객이 가이드 없이 자유롭게 여행하는 것을 의미한다. 최근 젊은 관광객들은 스마트폰 어플리케이션을 이용한 자유개별관광을 선호한다. FIT 관광객은 정해진 스케줄 없이 자유롭게 원하는 곳을 여행할 수 있다.

한국은 IT 강국이며 FIT 여행을 하기에 적합한 인프라를 갖추고 있다. 현재 한국을 방문하는 60% 이상의 외국인 관광객이 FIT 관광객이다.

FIT เป็นตัวย่อของ Foreign Independent Tour หมายถึง

การท่องเที่ยวต่างประเทศแบบอิสระ

ซึ่งก็คือการที่นักท่องเที่ยวเดินทางท่องเที่ยวได้อย่างอิสระโดยไม่มีไกด์นั่นเอง

ในปัจจุบันนี้ นักท่องเที่ยววัยหนุ่มสาวจำนวนมากชื่นชอบการท่องเที่ยวแบบอิสระมาก

โดยนักท่องเที่ยวจะใช้สมาร์ทโฟนและแอพพลิเคชั่นต่างๆในการเดินทาง

นักท่องเที่ยวสามารถเดินทางไปทุกที่ที่ต้องการได้อย่างอิสระโดยไม่มี

กำหนดเวลาตายตัว

ซึ่งเกาหลีนั้นจัดเป็นประเทศที่ก้าวหน้าทางด้านไอที

อีกทั้งยังมีโครงสร้างพื้นฐานที่ดีเหมาะสำหรับการเดินทางแบบ FIT อีกด้วย

ปัจจุบันนักท่องเที่ยวชาวต่างชาติที่มาเที่ยวเกาหลีมากกว่า 60 เปอร์เซ็นต์

เป็นนักท่องเที่ยวประเภท FIT นั่นเอง

▶▶ 추가하면 좋을 문장

FIT는 패키지투어(단체관광)의 반대 의미이다.

Fully Independent Traveler, Free Independent Tourist 의미도 있다. 우리는 FIT 관광객이 정확한 정보를 빠르고 편리하게 이용할 수 있도록 다양한 정보를 준비하고 업데이트해야 한다.

▷▷ 응용

4차 산업혁명과 관광의 미래

อิสระ 자유롭다	**วัยหนุ่มสาว** 청년, 젊은 사람	**กำหนดเวลา** 시간제한
ก้าวหน้า 진보하다	**โครงสร้างพื้นฐาน** 인프라	

2. SIT

SIT는 Special Interest Tour (특수목적관광)의 약자이다. 관광객이 특별한 목적을 가지고 관광지를 방문하는 것이다. 예를 들어 역사투어, 문화투어, 한류투어, 스포츠투어, 건축투어 등이 있다. 요즘 많은 관광객이 새롭고 특별한 경험을 원하기 때문에 SIT 여행을 선호하는 추세이다. K-POP에 관심이 있다면 콘서트에 참여할 수 있고, 한국 역사에 관심이 있다면 유네스코에 등재된 유적지를 방문할 수 있으며, 한국 불교에 관심이 있다면 템플스테이에 참여할 수 있다.

SIT ย่อมาจาก Special Interest Tourism

ซึ่งหมายถึง การที่นักท่องเที่ยวเดินทางไปท่องเที่ยวโดยมีจุดประสงค์พิเศษต่างๆ

ไม่ว่าจะเป็นการท่องเที่ยวเชิงประวัติศาสตร์ เชิงวัฒนธรรม

การท่องเที่ยวตามกระแสเกาหลี การท่องเที่ยวเชิงกีฬา หรือ เชิงสถาปัตยกรรม

เป็นต้น

ในปัจจุบัน นักท่องเที่ยวต่างต้องการประสบการณ์ที่พิเศษและแปลกใหม่

ดังนั้นนักท่องเที่ยวจึงชื่นชอบการท่องเที่ยวประเภท SIT มาก

ตัวอย่างเช่น หากนักท่องเที่ยวสนใจ K-POP ก็สามารถเข้าไปชมคอนเสิร์ตได้

หรือถ้าหากสนใจประวัติศาสตร์เกาหลี ก็สามารถไปเยี่ยมชมโบราณสถาน

ที่ได้รับการขึ้นทะเบียนจาก UNESCO ได้เช่นกัน

หรือถ้าหากสนใจในพุทธศาสนาของเกาหลี นักท่องเที่ยวก็สามารถเข้าร่วมโปรแกรม

Temple Stay ได้นั่นเอง

▶▶ 추가하면 좋을 문장

가이드는 SIT 관광객을 위해 전문적인 지식을 가지고 설명해야 한다.

▷▷ 응용

FIT, 영상관광, 한류, 국제스포츠 대회가 관광에 미치는 영향

ย่อมาจาก ~의 약자이다	เชิง ~적이다. ~에 대한	กระแสเกาหลี 한류
พิเศษ 특별하다	แปลกใหม่ 색다르다, 참신하다	

3. 다크투어리즘 〈2021 면접기출〉

다크투어리즘은 전쟁이나 식민지 역사에 관련된 장소를 방문하는 관광 형태이다.
관광객은 비극적인 역사가 일어났던 장소를 둘러보고 교훈을 얻을 수 있다.
가이드는 한국전쟁과 일제강점기 역사를 관광객에게 잘 설명해야 하며 이것은 교육적인 효과도 있다.
주로 역사에 관심 있는 관광객이나, 역사를 공부하는 학생이 투어에 참여한다.
한국의 대표적인 다크투어리즘 관광지는 DMZ, 판문점, 건청궁, 서대문형무소 등이 있다.

Dark tourism เป็นรูปแบบหนึ่งของการท่องเที่ยว
ที่จะพาเราไปเยี่ยมชมสถานที่ท่องเที่ยวที่เกี่ยวข้องกับประวัติศาสตร์สงคราม
หรืออาณานิคมของเกาหลี โดยนักท่องเที่ยวจะได้ไปเยี่ยมชม
และเรียนรู้ถึงประวัติศาสตร์ของสถานที่ท่องเที่ยวที่มีความเป็นมาอันน่าหดหู่ใจ
ซึ่งไกด์จะต้องอธิบายประวัติศาสตร์เกี่ยวกับสงคราม
และอาณานิคมให้นักท่องเที่ยวฟังอย่างเป็นมืออาชีพ
เพราะสิ่งนี้มีประโยชน์ต่อการศึกษาประวัติศาสตร์นั่นเอง
ส่วนใหญ่ผู้มาเยี่ยมชมสถานที่ท่องเที่ยวในโปรแกรม Dark tourism นั้นมักจะเป็น
นักท่องเที่ยวที่สนใจประวัติศาสตร์ หรือนักเรียนที่ศึกษาเกี่ยวกับประวัติศาสตร์
โดยสถานที่ท่องเที่ยวที่เป็นที่นิยมของ Dark tourism ของเกาหลีนั้น ได้แก่ DMZ
판문점 건청궁 และเรือนจำ 서대문형무소 เป็นต้น

▶▶ 추가하면 좋을 문장

블랙투어리즘 Black tourism, 그리프투어리즘 Grief tourism이라고도 부르며 세계적인 다크투어리즘 관광지는 폴란드 아우슈비츠 수용소, 뉴욕의 그라운드 제로, 캄보디아 킬링필드 등이 있다.

▷▷ 응용

SIT, DMZ, 한국관광의 특징, 한국전쟁

รูปแบบหนึ่ง ~의 한 형태	เรียนรู้ 배우다	มืออาชีพ 전문가
มีประโยชน์ต่อการศึกษา 교육에 유익하다	เรือนจำ 형무소	

4. 에코투어리즘

에코투어리즘은 최근 떠오르는 관광의 한 형태이다. 이것은 자연을 해치지 않고, 자연을 관찰하고 이해하는 여행 문화를 의미한다. 많은 관광객이 방문할수록 관광지는 훼손되기 때문에 관광객은 자연과 환경을 보호하고 지역주민의 삶도 존중해야 한다.

아름다운 자연과 유적지는 다음 세대에게 물려줄 소중한 유산이므로 우리는 잘 보호하고 유지해야 한다. 예를 들어 국립공원의 입장객 수 제한, 철새서식지 출입금지, 환경 전문 가이드와 함께하는 생태투어 참여 등이 에코투어리즘을 실천하는 것이다.

การท่องเที่ยวเชิงอนุรักษ์นั้นเป็นการท่องเที่ยวรูปแบบใหม่

ซึ่งเป็นวัฒนธรรมการท่องเที่ยวแบบหนึ่งที่นักท่องเที่ยวจะไปชมธรรมชาติโดย

ไม่ทำลายธรรมชาติ อีกทั้งยังเข้าใจธรรมชาติอีกด้วย

ยิ่งนักท่องเที่ยวมาเยี่ยมชมสถานที่ท่องเที่ยวมากเท่าไร

สถานที่ท่องเที่ยวก็จะยิ่งเสียหายมากขึ้นเท่านั้น

ดังนั้นนักท่องเที่ยวจึงควรปกป้องธรรมชาติและสิ่งแวดล้อม

อีกทั้งยังต้องเคารพชีวิตความเป็นส่วนตัวของคนในท้องถิ่นอีกด้วย

เนื่องจากธรรมชาติอันงดงามกับโบราณสถานนั้นเป็นมรดกที่ล้ำค่า

เราจึงต้องปกป้องและรักษาไว้เพื่อสืบทอดต่อไปให้คนรุ่นหลังนั่นเอง

การท่องเที่ยวเชิงอนุรักษ์มีแนวทางปฏิบัติหลากหลาย เช่น

จำกัดจำนวนผู้เข้าชมอุทยานแห่งชาติ ห้ามเข้าใกล้แหล่งที่อยู่อาศัยของนกย้ายถิ่น

หรือ เข้าร่วมการท่องเที่ยวเชิงนิเวศกับผู้เชี่ยวชาญด้านสิ่งแวดล้อม เป็นต้น

▶▶ 추가하면 좋을 문장

비슷한 관광 형태로 지속가능한 관광 (Sustainable tourism), 녹색관광 (Green tourism), 대안관광 (Alternative tourism) 등이 있다.

▷▷ 응용

슬로시티, 지속 가능한 관광, 미래의 관광, 관광의 장단점

ยิ่ง~ก็ยิ่ง ~ 하면 할수록 더	สิ่งแวดล้อม 환경	จำกัด 제한하다
แนวทางปฏิบัติ 방침, 지침	ผู้เชี่ยวชาญ 전문가	

5. 해양관광과 크루즈 투어

해양관광은 SIT 관광의 한 형태이며 바다와 섬, 해변을 즐기는 관광을 의미한다.

한국은 삼면이 바다로 둘러싸여 있고 3,000여 개의 섬이 있어 해양관광에 좋은 환경을 가지고 있다.

해양관광의 종류에는 크루즈 투어, 요트 투어, 머드 페스티벌 등이 있다.

크루즈 투어는 크루즈를 타고 여행하는 투어이다. 보통 밤에는 크루즈를 타고 이동하고 낮에는 내려 기항지를 관광한다. 속초, 인천, 부산, 제주에 C.I.Q 시스템을 갖춘 크루즈 항구가 있다.

우리는 크루즈 관광객을 위해 다양한 투어 프로그램과 편의 시설을 준비해야 한다.

การท่องเที่ยวทางทะเลเป็นรูปแบบหนึ่งของการท่องเที่ยวแบบ SIT

หมายถึง การท่องเที่ยวที่เกี่ยวข้องกับทะเล เกาะ และชายหาด

เนื่องจากทั้งสามด้านของประเทศเกาหลีถูกล้อมรอบไปด้วยทะเล

อีกทั้งยังมีเกาะต่างๆมากกว่า 3,000 เกาะด้วยกัน

เกาหลีจึงมีสภาพแวดล้อมที่เหมาะสมกับการท่องเที่ยวทางทะเลนั่นเอง

ตัวอย่างการท่องเที่ยวทางทะเล เช่น ทัวร์ล่องเรือ ทัวร์เรือยอทช์ หรือเทศกาลโคลน

เป็นต้น

ทัวร์ล่องเรือสำราญคือโปรแกรมทัวร์ที่เดินทางด้วยเรือสำราญ

โดยปกติแล้ว นักท่องเที่ยวมักจะล่องเรือตอนกลางคืน

เพื่อที่จะสามารถลงไปเที่ยวชมสถานที่ท่องเที่ยวได้ในตอนกลางวันนั่นเอง

ซึ่งที่จังหวัด 속초 인천 부산 และเกาะ 제주 มีท่าเรือสำราญที่มีระบบ C.I.Q อีกด้วย

ทั้งนี้ เราควรจัดทำโปรแกรมทัวร์สำหรับนักท่องเที่ยวล่องเรือสำราญให้หลากหลาย

และต้องเตรียมสิ่งอำนวยความสะดวกให้พร้อมอยู่เสมอ

▶▶ 추가하면 좋을 문장

한국은 다도해해상, 한려해상, 태안해안, 변산반도 4곳의 해양 국립공원이 있다.

▷▷ 응용

SIT, 에코투어리즘, 해양국립공원, 갯벌, C.I.Q, 제주

สภาพแวดล้อมที่เหมาะสม 알맞은 환경조건	ทัวร์ล่องเรือ 크루즈투어
ทัวร์เรือยอทช์ 요트투어	เรือสำราญ 유람선 ระบบ 절차, 시스템

6. 산업관광

산업관광(Industrial Tour)은 한국의 산업단지 또는 공장을 둘러보는 관광이다.

관광객은 산업시설을 견학하는 것뿐만 아니라 그 지역의 문화체험도 접할 수 있다.

예를 들어 관광객이 막걸리 공장을 방문한다면 술을 만드는 기술과 더불어 한국의 술 문화, 술의 역사,

그 지역의 음식에 대해서도 배울 수 있다.

산업투어를 통해 한국 기업의 이미지가 좋아지고 지역 경제에도 좋은 영향을 준다.

การท่องเที่ยวเชิงอุตสาหกรรมเป็นการเยี่ยมชมโรงงานและนิคมอุตสาหกรรมต่างๆใน
ประเทศเกาหลี

นักท่องเที่ยวไม่เพียงแต่สามารถไปเยี่ยมชมโรงงานอุตสาหกรรมเท่านั้น

แต่ยังสามารถสัมผัสกับวัฒนธรรมและประสบการณ์ในท้องถิ่นได้อีกด้วย

ตัวอย่างเช่น หากนักท่องเที่ยวไปเยี่ยมชมโรงงานผลิต 막걸리

นักท่องเที่ยวก็จะได้เรียนรู้ทั้งเทคนิคการผลิตสุรา

รวมถึงวัฒนธรรมกับประวัติศาสตร์สุราของเกาหลี

และอาหารประจำท้องถิ่นนั้นอีกด้วย

การท่องเที่ยวเชิงอุตสาหกรรมนั้น นอกจากจะทำให้ภาพลักษณ์

ของอุตสาหกรรมเกาหลีดีขึ้นแล้ว ยังมีอิทธิพลต่อเศรษฐกิจในท้องถิ่นอีกด้วยเช่นกัน

▶▶ 추가하면 좋을 문장
가이드는 산업투어에서 전문적인 지식과 통역이 필요하다.

▷▷ 응용
SIT, 인센티브투어, 팸투어

นิคมอุตสาหกรรม 공업 단지　　โรงงานผลิต 생산 공장　　เทคนิค 테크닉
ไม่เพียงแต่~เท่านั้น แต่ยัง~ 단지~뿐만 아니라 ~도

7. 인센티브 관광

인센티브 관광은 기업에서 좋은 성과를 올린 근로자를 위한 일종의 보상 여행이다.

인센티브 관광을 통해 기업은 직원들의 사기를 높이고 더 많은 매출을 올릴 수 있다.

대부분의 기업이 좋은 품질의 여행 프로그램을 선호하며, 인센티브 관광객은 여행지에서 쇼핑을 많이 하는 편이다. 대규모 인센티브관광은 수익성이 좋기 때문에 정부는 인센티브 관광 유치를 위한 홍보와 마케팅에 투자하고 있다.

Incentive tour เป็นทัวร์ประเภทหนึ่งที่มีไว้ให้พนักงานที่ทำผลงานยอดเยี่ยมในบริษัท

โดย Incentive tour นั้นนับเป็นการเพิ่มขวัญกำลังใจให้แก่พนักงาน

อีกทั้งยังช่วยเพิ่มยอดขายให้แก่บริษัทอีกด้วย

ซึ่งบริษัทต่างๆจะชอบโปรแกรมทัวร์ที่มีคุณภาพ อีกทั้งนักท่องเที่ยวจากโปรแกรม

Incentive tour นั้นก็มักจะซื้อสินค้าเยอะเวลาออกทัวร์นั่นเอง

เนื่องจาก Incentive tour ขนาดใหญ่สามารถสร้างกำไรให้กับประเทศได้

อย่างมหาศาล ปัจจุบันรัฐบาลจึงกำลังลงทุนในด้านการตลาดเพื่อประชาสัมพันธ์

Incentive tour นั่นเอง

▶▶ 추가하면 좋을 문장
중국 대기업 직원들이 크루즈를 이용한 인센티브 관광을 수차례 온 적이 있다.

▷▷ 응용
관광의 종류, 산업투어

พนักงาน 직원	ผลงาน 성과	กำไร 이윤, 이익
การเพิ่มขวัญกำลังใจ 사기증진	ยอดขาย 매출액, 매상	

8. 영상관광

영상관광은 SIT 관광의 한 형태이며, 관광객이 관심 있는 영화나 드라마 촬영지를 방문하는 것이다. 영화와 드라마가 유명해지면 지역 홍보 효과가 크기 때문에 많은 지방자치단체가 영상관광지 홍보에 투자하고 있다. 최근 한류의 영향으로 많은 외국인 관광객이 한국의 영화 촬영지를 방문하고 영화 속 배우들처럼 사진 찍는 것을 선호한다. 대표적인 영상관광지는 용인 한국민속촌, 군산 영화의 거리, 제주 민속촌, 용인 대장금테마파크 등이 있다.

การท่องเที่ยวตามรอยภาพยนตร์เป็นรูปแบบหนึ่งของการท่องเที่ยวแบบ SIT โดยการท่องเที่ยวตามรอยภาพยนตร์นั้นเป็นการไปเยี่ยมชมสถานที่ถ่ายทำภาพยนตร์หรือละครที่นักท่องเที่ยวให้ความสนใจ

ถ้าภาพยนตร์หรือละครโด่งดังขึ้น ก็จะช่วยประชาสัมพันธ์ท้องถิ่นนั้นๆ ให้มีชื่อเสียงขึ้นเช่นกัน

ดังนั้นรัฐบาลท้องถิ่นหลายๆแห่งจึงกำลังลงทุนในด้านนี้เพื่อที่จะประชาสัมพันธ์สถานที่ถ่ายทำภาพยนตร์หรือละครนั่นเอง

ปัจจุบันนี้ นักท่องเที่ยวจำนวนมากมาเยี่ยมชมสถานที่ถ่ายทำหนังในเกาหลีและเพลิดเพลินไปกับการถ่ายภาพเลียนแบบนักแสดงในหนังอันเนื่องมาจากกระแสเกาหลีหรือ 한류 นั่นเอง

หมู่บ้านพื้นเมือง 한국민속촌 ในอยงอิน, หมู่บ้านพื้นเมือง 민속촌 ในเกาะ 제주, ถนน 영화의 거리 ใน 군산, สวน 대장금테마파크 ใน 용인 นั้นล้วนเป็นตัวอย่างของสถานที่ถ่ายทำละครหรือภาพยนตร์ที่มีชื่อเสียงในเกาหลีนั่นเอง

▶▶ 추가하면 좋을 문장

한국드라마 뿐 아니라 한국 K-POP이 유행하면서 가수의 뮤직비디오 촬영지를 찾는 관광객도 많아지고 있다. BTS MV 촬영지는 양주 일영역, 양평 서후리숲, 영덕 경정항, 새만금 간척지 등이 있다.

▷▷ 응용

SIT, 한류

การท่องเที่ยวตามรอยภาพยนตร์ 영상관광	รัฐบาลท้องถิ่น 지방자치단체
โด่งดังขึ้น 이름나다	เลียนแบบ 흉내내다
เรือนจำ 형무소	

9. 무장애여행

무장애여행은 약자를 위한 사회적 관광의 한 형태이다.

어린아이, 노인, 장애인이 또는 그들의 가족이 불편함 없이 여행할 수 있도록 수유실, 휠체어 서비스, 엘리베이터 등 다양한 편의시설을 갖추어야 한다. 각 지방자치단체와 한국관광공사(KTO)는 매년 무장애여행지를 선정하고 홍보하고 있다. 무장애여행지는 순천만 국가정원, 부산 태종대, 국립중앙박물관, 고양 행주산성 등이 있다.

การท่องเที่ยวเชิงอารยสถาปัตย์หรือ Barrier Free Travel
เป็นรูปแบบหนึ่งของการท่องเที่ยวที่มีขึ้นสำหรับผู้ที่มีร่างกายไม่แข็งแรง
ซึ่งเราต้องจัดบริการห้องพยาบาล รถเข็น ลิฟต์ ฯลฯ เพื่อให้เด็กเล็ก ผู้สูงอายุ ผู้พิการ
หรือครอบครัวของพวกเขาเหล่านั้นสามารถเดินทางได้อย่างสะดวกนั่นเอง
โดยองค์กรอิสระในแต่ละท้องถิ่นร่วมกันกับองค์การส่งเสริมการท่องเที่ยวเกาหลี
(KTO) มีการคัดเลือกและประชาสัมพันธ์สถานที่ท่องเที่ยวเชิงอารยสถาปัตย์ทุกปี
สถานที่ท่องเที่ยวเชิงอารยสถาปัตย์ ได้แก่ สวนแห่งชาติ 국가정원 ใน 순천, 태종대 ใน 부
산, พิพิธภัณฑ์แห่งชาติ 국립중앙박물관 ใน 서울, ป้อมปราการ 행주산성 ใน 고양 ฯลฯ

▶▶ 추가하면 좋을 문장
그룹 투어의 경우 함께 관광하는 다른 관광객에게도 배려와 협조를 부탁해야 한다.

▷▷ 응용
손님 중 노약자나 장애인이 있을 경우 가이드는 어떤 부분에 신경 써야 하는가?

| อารยสถาปัตย์ 무장애 설계 (Universal design) | รถเข็น 휠체어 |
| ลิฟต์ 리프트, 엘리베이터   ผู้พิการ 장애인 | พิพิธภัณฑ์แห่งชาติ 국립박물관 |

10. 덤핑관광

덤핑관광은 낮은 가격과 저품질 서비스 투어를 뜻하며 주로 중국이나 동남아 관광객이 이용하는
패키지여행을 의미한다. 관광객은 낮은 품질의 프로그램, 호텔, 음식에 불평하기도 한다.
덤핑관광으로 인해 한국의 국가 이미지는 나빠지고 다른 산업에도 좋지 않은 영향을 준다.
우리는 덤핑관광을 근절하고 관광객에게 합리적인 가격과 양질의 서비스를 제공해야 한다.

ทัวร์ทุ่มตลาด หรือ Dumping travel คือทัวร์ที่มีราคาถูกและให้บริการที่มีคุณภาพต่ำ
โดยส่วนใหญ่นักท่องเที่ยวชาวจีนหรือนักท่องเที่ยวจากประเทศแถบเอเชีย
ตะวันออกเฉียงใต้มักใช้บริการจากแพ็คเกจทัวร์นี้
ซึ่งบางครั้งนักท่องเที่ยวก็อาจจะไม่พอใจในโปรแกรมทัวร์ โรงแรม และอาหาร
ที่มีคุณภาพต่ำของทัวร์ประเภทนี้นั่นเอง
เนื่องจากการท่องเที่ยวแบบนี้ทำให้ภาพลักษณ์ของประเทศเกาหลีเสื่อมเสีย
อีกทั้งยังส่งผลเสียต่ออุตสาหกรรมอื่นๆด้วยเช่นกัน
เราจึงต้องกำจัดการท่องเที่ยวแบบทุ่มตลาดนี้ให้หมดไป
และจัดทำโปรแกรมทัวร์ที่มีราคาสมเหตุสมผลและให้บริการที่มีคุณภาพ
แก่นักท่องเที่ยว

▶▶ 추가하면 좋을 문장
관광객이 여행에 만족하면 한국의 이미지는 좋아지고 훗날 다시 방문할 것이다.

▷▷ 응용
한국관광의 문제점, 패키지 투어와 FIT 비교

คุณภาพต่ำ 저품질	แพ็คเกจทัวร์ 패키지투어	ไม่พอใจ 못마땅하다
ส่งผลเสีย 나쁜 영향을 주다	ราคาสมเหตุสมผล 합리적인 가격	

11. 한국관광 품질인증제

한국관광 품질인증제는 문화체육관광부(MCST)와 한국관광공사(KTO)에서 운영하는 인증제도이다. KTO는 좋은 품질의 서비스와 시설을 제공하는 숙소와 면세점을 선정하여 국가적인 품질기준으로 인증하고 인증마크를 부여한다.
관광객은 한국관광 품질인증을 받은 숙소와 면세점을 안심하고 이용할 수 있으며 이 제도를 통해 한국관광의 이미지가 좋아진다.

ระบบรับรองคุณภาพการท่องเที่ยวเกาหลีหรือ Korea Quality นั้นดำเนินการโดย
กระทรวง MCST ร่วมกันกับองค์การ KTO
โดยเราจะทำการคัดเลือกและให้เครื่องหมายรับรองมาตรฐานคุณภาพแห่งชาติ
แก่ที่พักหรือร้านค้าปลอดภาษีที่ให้บริการที่มีคุณภาพ
และมีสิ่งอำนวยความสะดวกที่มีคุณภาพสูง
ซึ่งนักท่องเที่ยวก็จะเดินทางได้อย่างสบายใจไปกับที่พักและร้านค้าปลอดภาษีที่ได้รับ
การรับรองคุณภาพจาก Korea Quality แล้วนั่นเอง
นับว่าระบบ Korea Quality นั้นทำให้ภาพลักษณ์ของการท่องเที่ยวเกาหลีดีขึ้น
เป็นอย่างมาก

▶▶ 추가하면 좋을 문장

한국관광 품질인증제는 2018년부터 시행되었으며 현재까지 400여 곳이 넘는 숙소와 면세점이 인증을 받았다.

▷▷ 응용

호텔등급, 베니키아, 면제점

รับรองคุณภาพ 품질을 보증하다 **กระทรวง** 행정부의 부처 **คัดเลือก** 선발하다
เครื่องหมายรับรอง 인증마크 **เป็นอย่างมาก** 매우, 드높이

12. 호텔등급제

한국에는 호텔 등급 제도가 있다. 2015년부터 등급표시가 무궁화 모양에서 별모양으로 변경되었다. 시설과 서비스에 따라 1성부터 5성으로 등급이 정해진다. 유명한 5성 호텔은 남산에 있는 신라호텔, 여의도에 있는 콘래드 호텔 등이 있다. 5성 호텔은 파인다이닝, 24시간 룸서비스, 대형 연회장 등 여러 가지 편리한 시설과 서비스를 제공한다.

ในประเทศเกาหลีจะมีระบบการประเมินโรงแรม
ซึ่งสัญลักษณ์การประเมินโรงแรมได้เปลี่ยนจากรูปดอก 무궁화 มาเป็นรูปดาว
ตั้งแต่ปี ค.ศ. 2015 เป็นต้นมา
โดยการประเมินจะขึ้นอยู่กับสิ่งอำนวยความสะดวกและการให้บริการ โดยแบ่งเป็น
ระดับ 1 ดาวไปจนถึง 5 ดาว
โรงแรมระดับ 5 ดาวที่มีชื่อเสียงในเกาหลี ได้แก่ Shilla Hotel ใน 남산,
Conrad Hotel ใน 여의도 เป็นต้น
โรงแรมระดับ 5 ดาวนั้นมักจะมีสิ่งอำนวยความสะดวกและบริการที่หลากหลาย
ตัวอย่างเช่น ร้านอาหารสุดหรู Fine dining รูมเซอร์วิสตลอด 24 ชั่วโมง หรือ
ห้องประชุม Convention center ฯลฯ

▶▶ 추가하면 좋을 문장
2015년 호텔 등급평가 기준을 상향하고 국제 표준에 맞게 개선되었다.

▷▷ 응용
한국관광품질인증제, 베니키아

การประเมิน 평가	เปลี่ยน 변경하다	แบ่ง 나누다
ขึ้นอยู่กับ ~에 달려있다		รูมเซอร์วิส 룸서비스

13. 베니키아

베니키아(BENIKEA)는 Best Night in Korea의 약자이며 문화체육관광부(MCST)와 한국관광공사
(KTO)가 운영하는 비즈니스급 호텔 브랜드이다.

베니키아 호텔은 합리적인 가격에 깨끗한 룸과 편리한 서비스를 제공한다.

보통 베니키아 호텔은 시내 중심이나 관광지, 공항 근처에 위치한다.

BENIKEA ย่อมาจาก Best Night in Korea

ซึ่ง BENIKEA เป็นแบรนด์ของโรงแรมในเกาหลีที่พัฒนาขึ้นโดยกระทรวง MCST

ร่วมกันกับองค์การ KTO นั่นเอง

โรงแรม BENIKEA นั้นมีห้องพักที่สะอาดสะอ้าน

รวมถึงให้บริการที่สะดวกสบายแก่นักท่องเที่ยวในราคาที่สมเหตุสมผล

โดยปกติโรงแรม BENIKEA มักจะตั้งอยู่ใจกลางเมือง สถานที่ท่องเที่ยวต่างๆ

หรือสนามบินนั่นเอง

▶▶ 추가하면 좋을 문장

동대문, 종로, 강남 등 서울에 11개 호텔을 포함해 전국에 총 52개의 베니키아 호텔이 있다. (2021년 기준)

▷▷ 응용

지방관광의 활성화, 한국의 호텔등급, 한국관광 품질인증제

แบรนด์ของโรงแรม 호텔 브랜드	สะอาดสะอ้าน 정갈하다
สะดวกสบาย 편안하다	ใจกลางเมือง 도심

14. 에어비앤비

에어비앤비는 숙박시설을 빌려주는 온라인 플랫폼 서비스이다.
관광객은 에어비앤비를 통해 아파트먼트, 홈스테이, 호스텔 등을 예약할 수 있다.
약간의 수수료를 에어비엔비에 지불하면 집주인은 남는 빈 방을 빌려주고 돈을 벌 수 있으며, 관광객은 저렴한 가격에 숙소를 이용할 수 있다.

Airbnb เป็นแพลตฟอร์มออนไลน์ที่มีไว้สำหรับใช้จองที่พัก
นักท่องเที่ยวจะสามารถจองอพาร์ตเมนท์ โฮมสเตย์ และโฮสเทลผ่านทาง Airbnb ได้
ซึ่งเจ้าของที่พักนั้นจะนำห้องว่างของตนมาลงประกาศให้เช่าใน Airbnb
โดยจ่ายค่าธรรมเนียมเพียงเล็กน้อยเท่านั้น
เพียงเท่านี้เจ้าของที่พักก็จะสามารถหารายได้จากการให้เช่าห้องพักได้
ในขณะเดียวกันนักท่องเที่ยวก็สามารถจองห้องพักได้ในราคาที่ไม่แพงด้วยเช่นกัน

▶▶ 추가하면 좋을 문장
최근에는 투어 프로그램 서비스도 제공한다.

▷▷ 응용
FIT, 미래의 관광산업, 공유문화

แพลตฟอร์มออนไลน์ 온라인 플렛폼 / จองที่พัก 숙소를 예약하다
ค่าธรรมเนียม 수수료 / ในขณะเดียวกัน 한편 / หารายได้ 돈을 벌어들이다

15. 사전면세점과 사후면세점

외국으로 여행하는 국내외 여행객은 사전면세점(Duty Free)에서 면세물품을 구매할 수 있다. 면세점은 공항, 비행기, 시내 중심에 있으며 물건을 구입할 때 여권과 항공권을 가지고 가야한다.

면세범위는 각 나라마다 다르다. 한국의 경우 여행객이 입국할 때 미화 600불이 넘는 물품은 관세를 내야한다. 관세기준은 술은 1병(1L), 담배는 200개비, 향수는 60ml이다.

사후면세점(Tax Refunds)은 세금이 포함된 가격으로 제품을 판매하지만, 관광객이 공항이나 항구에서 세금을 환급 받을 수 있는 상점을 의미한다. 외국인만 서비스 이용이 가능하며 3만 원 이상 구매해야 출국 시 부가세와 개별소비세를 돌려받을 수 있다.

นักท่องเที่ยวทั้งในและต่างประเทศที่เดินทางไปต่างประเทศนั้น
สามารถซื้อสินค้าปลอดภาษีได้ที่ร้านค้าปลอดภาษีหรือ Duty Free
ร้านค้า Duty Free มักจะอยู่ในสนามบิน ในเครื่องบิน หรือไม่ก็ในตัวเมือง
ซึ่งเวลาซื้อสินค้า เราจะต้องนำหนังสือเดินทางกับตั๋วเครื่องบินไปด้วย
โดยมาตรการปลอดภาษีนั้นจะแตกต่างกันไปในแต่ละประเทศนั่นเอง
ในกรณีของประเทศเกาหลี หากนักท่องเที่ยวเดินทางเข้ามาในประเทศเกาหลี
และนำสินค้าที่มีมูลค่าเกิน 600 ดอลลาร์เข้ามาจะต้องเสียภาษี
โดยเกณฑ์ศุลกากร คือ แอลกอฮอล์ 1ลิตร 1 ขวด, บุหรี่ 200 มวน และน้ำหอม 60
มิลลิลิตร

ส่วนร้านค้า Tax Refunds หมายถึง ร้านค้าที่ขายสินค้าในราคารวมภาษีแล้ว
โดยนักท่องเที่ยวสามารถขอคืนภาษีได้ที่สนามบินหรือท่าเรือ
เฉพาะชาวต่างชาติเท่านั้นที่สามารถใช้บริการได้
และนักท่องเที่ยวจะต้องซื้อสินค้ามูลค่า 30,000 วอนขึ้นไป
ถึงจะได้คืนในส่วนที่เป็นภาษีมูลค่าเพิ่มและภาษีการบริโภคตอนออกเดินทางนั่นเอง

▶▶ 추가하면 좋을 문장

즉시환급제도는 사후면세점에서 물품을 구매했을 때 매장에서 즉시 환급해주는 제도를 말한다. (구매금액 3만원이상 50만원 미만, 총 200만원 한도)

▷▷ 응용

한국의 쇼핑관광, C.I.Q

สินค้าปลอดภาษี 면세물품   ร้านค้าปลอดภาษี 면세점   ตั๋วเครื่องบิน 항공권
มูลค่า 가격, 가치   เสียภาษี 세금을 내다   เกณฑ์ศุลกากร 관세기준
น้ำหอม 향수   ภาษีมูลค่าเพิ่ม 부가가치세   ภาษีการบริโภค 소비세

16. 코리아그랜드세일 / 코리아세일페스타

코리아그랜드세일은 외국인을 위한 쇼핑 축제이다. 매년 1월에서 2월까지 열린다. 관광객은 축제를 통해 우수한 한국 기업의 제품을 저렴하게 살 수 있다. 외국인을 위한 서비스와 프로모션을 제공하며 한류 이벤트도 함께 열린다. 코리아그랜드세일을 통해 관광객이 늘어나고 한국의 이미지가 좋아진다.

코리아세일페스타는 한국 최대 쇼핑 축제이다. 매년 11월 중에 열리며 〈한국의 블랙프라이데이〉라고 부른다. 2,000여 곳이 넘는 우수한 한국 기업의 물건을 저렴하게 구매할 수 있다. 다양한 프로모션과 쿠폰을 제공한다.

Korea Grand Sale เป็นเทศกาลช็อปปิ้งที่จัดขึ้นสำหรับชาวต่างชาติ
จัดขึ้นช่วงเดือนมกราคมถึงเดือนกุมภาพันธ์ของทุกปี ซึ่งในเทศกาลนี้
ชาวต่างชาติจะสามารถซื้อสินค้าจากบริษัทเกาหลีชั้นนำได้ในราคาย่อมเยา
ได้รับบริการและโปรโมชั่นมากมาย
อีกทั้งยังมีการจัดงานที่เกี่ยวกับกระแสเกาหลีให้ชาวต่างชาติได้ชมอีกด้วย
นับว่างาน Korea Grand Sale นั้น ทำให้จำนวนนักท่องเที่ยวเพิ่มขึ้น
และยังทำให้ภาพลักษณ์ของประเทศเกาหลีดีขึ้นอีกด้วย

ส่วน Korea Sale Festa นั้นเป็นเทศกาลช้อปปิ้งที่ใหญ่ที่สุดในเกาหลี
จัดขึ้นในช่วงเดือนพฤศจิกายนของทุกปี ซึ่งเราเรียกกันว่าเป็น Black Friday
ของเกาหลี เราสามารถซื้อสินค้าจากบริษัทชั้นนำของเกาหลีได้มากกว่า 2,000
แห่งในราคาย่อมเยา
อีกทั้งยังมีโปรโมชั่นและคูปองต่างๆเตรียมไว้ให้เรามากมายอีกด้วย

▶▶ 추가하면 좋을 문장

코리아세일페스타는 내수 경제 활성화와 서민 경제에 도움을 주기 위해 정부에서 지원한다.

▷▷ 응용

한국의 축제, 한국의 쇼핑투어

เทศกาลช็อปปิ้ง 쇼핑축제　ราคาย่อมเยา 저렴한 가격　โปรโมชั่น 프로모션
เพิ่มขึ้น 증가하다　คูปอง 쿠폰

17. 서울국제트래블마트

서울국제트래블마트는 2015년부터 매년 서울특별시가 주관하는 관광 이벤트이다.

국내외 여행사와 관광기업이 다양한 관광 상품을 홍보하고 전 세계 관광객을 유치하기 위해 모이는 행사이다. 또한 해외 바이어와 국내 관광업체가 만나 의료관광, 웰니스관광, 한류관광 등 새로운 상품을 소개하기도 한다. 2021년에는 전 세계 600여 관광업체가 참여하였고 800만 달러의 투자를 유치하였다.

Seoul International Travel Mart เป็นงานท่องเที่ยวที่จัดขึ้นโดยรัฐบาลกรุงโซลทุกปี

ตั้งแต่ปี ค.ศ. 2015 เป็นต้นมา

โดยในงานนี้ บริษัทนำเที่ยวและบริษัทที่เกี่ยวข้องกับการท่องเที่ยวจากทั่วโลก

จะมารวมตัวกันเพื่อประชาสัมพันธ์ผลิตภัณฑ์ทางการท่องเที่ยวต่างๆ

อีกทั้งเพื่อดึงดูดนักท่องเที่ยวจากทั่วโลกอีกด้วย

ซึ่งผู้ซื้อชาวต่างชาติและบริษัทท่องเที่ยวของเกาหลีจะมาพบปะกันภายในงาน

โดยบริษัทท่องเที่ยวจะแนะนำผลิตภัณฑ์การท่องเที่ยวใหม่ๆ

ให้ผู้ซื้อชาวต่างชาติได้รู้จัก เช่น การท่องเที่ยวเชิงการแพทย์ การท่องเที่ยวเพื่อสุขภาพ

การท่องเที่ยวตามกระแสเกาหลี ฯลฯ

โดยในปี ค.ศ. 2021 บริษัทท่องเที่ยวมากกว่า 600 แห่งจาก

ทั่วโลกได้มาเข้าร่วมในงานนี้ และสามารถระดมการลงทุนไปได้ถึง 8 ล้าน

ดอลลาร์นั่นเอง

▶▶ 추가하면 좋을 문장

관광은 보이지 않는 무역이며 부가가치가 큰 사업으로 정부와 기업이 마케팅과 홍보에 투자하고 있다.

▷▷ 응용

다양한 국적의 관광객을 유치하는 방법

ผลิตภัณฑ์ 상품	ดึงดูด 유치하다, 끌어들이다	พบปะกัน 만나다, 상봉하다
ผู้ซื้อชาวต่างชาติ 외국인 바이어		ระดม 모으다, 동원하다

18. 한국관광의 별

한국관광의 별은 한국의 관광 발전에 이바지한 단체, 시역 그리고 개인에게 매년 정부(문화체육관광부 MCST)에서 주는 상이다. 국내 관광 활성화와 다양한 지역의 관광 발전을 위해 2010년부터 시작하였다. 매년 12월에 수상자를 발표하며 본상 4개와 특별상 3개로, 총 7개 부문 관광 콘텐츠에 수여한다.

รางวัลการท่องเที่ยวแห่งประเทศเกาหลีหรือ 한국관광의 별
เป็นรางวัลที่รัฐบาลเกาหลี(MCST)มอบให้แก่องค์กร สถานที่ท่องเที่ยว
หรือบุคคลที่มีส่วนช่วยในการพัฒนาการท่องเที่ยวของประเทศเกาหลี
ซึ่งรางวัลนี้เริ่มขึ้นตั้งแต่ปี ค.ศ. 2010
โดยมีวัตถุประสงค์เพื่อฟื้นฟูการท่องเที่ยวภายในประเทศและพัฒนาการท่องเที่ยว
ในภูมิภาคต่างๆนั่นเอง
การประกาศรางวัลนั้นจะมีขึ้นในเดือนธันวาคมของทุกปี
ซึ่งจะให้รางวัลตามประเภทการท่องเที่ยวใน 7 หมวดหมู่
อันประกอบไปด้วยรางวัลหลัก 4 รางวัลและรางวัลพิเศษอีก 3 รางวัล
รวมเป็นทั้งหมด 7 รางวัลนั่นเอง

▶▶ 추가하면 좋을 문장

〈2021년 선정 한국관광의 별〉

제주 '서귀포 치유의숲', 전남 신안 '퍼플섬', 강원도 춘천 '킹카누 나루터', 경기도 '수원화성 야간개장', 오징어 게임의 황동혁 감독 등

▷▷ 응용

지방관광의 활성화

รางวัล 상	**มอบ** 수여하다	**ฟื้นฟู** 부흥하다, 살리다
วัตถุประสงค์ 취지, 목적	**หมวดหมู่** 부문, 카테고리	

19. 관광두레

관광두레는 2013년 한국정부(MCST, KTO)가 지방 관광산업 발전을 위해 시작한 프로젝트이다.
우리말 〈두레〉는 협동하는 마을 공동체를 의미한다. 관광두레는 관광산업에 〈두레〉라는 전통적인 공동체 문화가 결합된 것으로, 지역 주민이 스스로 만들어가는 관광사업 공동체이다.
지역 주민과 관광 PD가 숙박, 음식, 체험 등, 지역 내 관광상품을 기획하고 진행한다. 관광두레는 지역 주민의 공동체 의식을 강하게 하고 지역경제에 도움을 준다.
현재 전국에 약 56개의 마을이 관광두레를 운영하고 있다.

การท่องเที่ยวโครงการ 두레 เป็นโครงการที่เริ่มต้นโดยรัฐบาลเกาหลี (MCST, KTO)
ในปี ค.ศ. 2013 เพื่อพัฒนาอุตสาหกรรมการท่องเที่ยวในท้องถิ่น
คำว่า 두레 แปลว่า กลุ่มชุมชนในหมู่บ้านที่ร่วมมือกัน
การท่องเที่ยวโครงการ 두레 นั้นเป็นโปรแกรมการท่องเที่ยว
ที่สร้างขึ้นโดยกลุ่มชุมชนท้องถิ่น ซึ่งผสมผสานวัฒนธรรมชุมชนดั้งเดิมของ '두레'
เข้ากับอุตสาหกรรมการท่องเที่ยวนั่นเอง
โดยผู้จัดโปรแกรมการท่องเที่ยวนั้นจะร่วมมือกับคนในท้องถิ่น
เพื่อคิดค้นและจัดทำแพ็คเกจการท่องเที่ยวต่างๆ ทั้งด้านที่พัก อาหาร
กิจกรรมในท้องถิ่น ฯลฯ ให้แก่นักท่องเที่ยว
การท่องเที่ยวโครงการ 두레 นั้น ช่วยกระชับความสัมพันธ์ระหว่างผู้อยู่อาศัย
ในท้องถิ่นนั้นๆ และยังช่วยกระตุ้นเศรษฐกิจในท้องถิ่นอีกด้วย
ปัจจุบันหมู่บ้านในเกาหลีประมาณ 56 แห่งทั่วประเทศกำลังดำเนินการสร้าง
โปรแกรมการท่องเที่ยวโครงการ 두레 อยู่นั่นเอง

▶▶ 추가하면 좋을 문장

폐교한 학교를 숙박시설로 고치거나, 오래된 공장을 카페로 바꾸는 등의 마을 재생사업도 관광두레의 한 형태이다.

▷▷ 응용
지방관광의 활성화, 슬로우시티, 오버투어리즘

| โครงการ 프로젝트, 기획 | ผสมผสาน 어우러지다 | ผู้จัดงาน 프로젝트 기획자 |
| คิดค้น 개발하다 | | กระตุ้น 일으키다, 촉진하다 |

20. 슬로시티

슬로시티(치타슬로 Cittaslow)는 이탈리아에서 시작한 문화 운동이다.
오늘날에는 기술과 과학의 발달로 인해 인간의 삶이 빠르고, 쉽고, 편리하게 변화하였다. 하지만 누군가는 이러한 현상에 스트레스와 피곤함을 느끼기 마련이다.
느리게 먹고, 느리게 살며, 삶을 즐기고 자연과 환경을 보호하는 것이 슬로시티의 목적이다.
또한 슬로시티는 지역 문화와 경제를 살리고 지역 고유의 정체성을 찾는 공동체 운동이다.

Slowcity เป็นการเคลื่อนไหวทางวัฒนธรรมที่เริ่มต้นในประเทศอิตาลี
ภาษาอิตาลีเรียกว่า Cittaslow
เนื่องจากการพัฒนาของเทคโนโลยีและวิทยาศาสตร์ ชีวิตของมนุษย์จึงเปลี่ยนแปลงไปอย่างรวดเร็ว ง่ายดาย และสะดวกยิ่งขึ้น
แต่แน่นอนว่าก็ยังมีบางคนรู้สึกเครียดและเหนื่อยกับการพัฒนาอันรวดเร็วดังกล่าวนี้
ซึ่งจุดประสงค์ของ Slowcity นั้นก็คือ การกินช้าๆ ใช้ชีวิตช้าๆ และสนุกกับการใช้ชีวิตนั่นเอง
อีกทั้ง Slowcity ยังให้ความสำคัญกับการปกป้องธรรมชาติและสิ่งแวดล้อมอีกด้วย
นอกจากนี้ Slowcity ยังเป็นการเคลื่อนไหวของชุมชนที่ช่วยในการแสวงหาเอกลักษณ์เฉพาะตัวของภูมิภาคนั้นๆ
อีกทั้งยังช่วยฟื้นฟูวัฒนธรรมและเศรษฐกิจของท้องถิ่นนั้นๆอีกด้วย

▶▶ 추가하면 좋을 문장

현재 32개국 총 281개 도시가 슬로시티에 지정되었다.
한국에는 16개 슬로시티가 있으며 담양, 완도, 신안, 하동, 예산, 전주, 상주, 청송, 영월, 제천 등이 있다.

▷▷ 응용

지방관광의 활성화, 에코투어리즘, 관광두레

ประเทศอิตาลี 이탈리아 **เทคโนโลยี** 테크놀로지 **ง่ายดาย** 쉽다, 편리하다
เครียด 긴장하다 **เหนื่อย** 피로하다

21. 오버투어리즘

한국은 세계인이 여행하고 싶어하는 아시아의 주요 관광국가이다.

아름다운 자연과 역사적인 유적지를 많이 가지고 있음에도 불구하고 서울, 부산, 제주 등 몇몇 지역에만 대부분의 관광객이 몰리고 있다. 우리는 이런 현상을 오버투어리즘이라고 부른다.

오버투어리즘은 환경파괴, 교통난, 소음공해, 집값상승 등의 문제를 일으켜 지역 주민의 삶을 침범하고 그들이 마을을 떠나게 만든다. 특히, 북촌한옥마을이나 감천문화마을 같은 소규모 관광지에서는 관광객과 주민 사이에 갈등이 생기기도 한다.

우리는 오버투어리즘 문제를 해결하고 균형 있는 관광 발전을 위해 다음과 같은 노력을 해야 한다.

1. 관광지를 방문하는 시간과 인원을 제한해야 한다.
2. 지역 주민의 삶을 존중하고 자연환경과 유적지를 보호해야 한다.
3. 다른 지역의 관광지를 다양하게 개발하고 홍보해야 한다.

เกาหลีเป็นสถานที่ท่องเที่ยวที่สำคัญในเอเชียที่คนทั่วโลกต่างต้องการมาเที่ยว

อย่างไรก็ตาม แม้เกาหลีจะมีสถานที่ท่องเที่ยวทางธรรมชาติ

และโบราณสถานที่สวยงามมากมาย

แต่นักท่องเที่ยวส่วนใหญ่ก็ยังคงกระจุกตัวอยู่แต่ในบางเมือง เช่น 서울 부산 หรือ เกาะ

제주 เท่านั้น ซึ่งเราเรียกสภาพแบบนี้ว่า Overtourism นั่นเอง

Overtourism นี้ทำให้เกิดปัญหาต่างๆมากมาย ไม่ว่าจะเป็น ปัญหาสิ่งแวดล้อม

ปัญหาการจราจร ปัญหาเสียงรบกวน ปัญหาราคาที่ดินแพง ฯลฯ

ซึ่งสิ่งเหล่านี้นับเป็นการบุกรุกที่อยู่อาศัยของคนในท้องถิ่น

และอาจทำให้พวกเขาต้องย้ายออกไปจากหมู่บ้านก็เป็นได้

โดยเฉพาะอย่างยิ่ง ในสถานที่ท่องเที่ยวเล็กๆ เช่น หมู่บ้าน 북촌한옥마을 หรือ

หมู่บ้านวัฒนธรรม 감천문화마을 นั้นมักจะเกิดปัญหามากมาย

อีกทั้งบางครั้งยังมีนักท่องเที่ยวทะเลาะกับคนในท้องถิ่นอีกด้วย

เพื่อลดปัญหา Overtourism และส่งเสริมการพัฒนาการท่องเที่ยวให้สมดุลนั้น
เราต้องปฏิบัติ ดังนี้

1. จำกัดเวลาและจำนวนผู้เข้าชมสถานที่ท่องเที่ยวต่างๆ

2. เคารพความเป็นส่วนตัวของผู้อยู่อาศัยในท้องถิ่นนั้นๆ
พร้อมทั้งอนุรักษ์สิ่งแวดล้อมทางธรรมชาติและโบราณสถาน

3. พัฒนาและประชาสัมพันธ์สถานที่ท่องเที่ยวต่างๆในภูมิภาคอื่นๆ

▶▶ 추가하면 좋을 문장

지역에 관광객이 늘고 상업화가 심해짐에 따라 발생하는 각종 공해 문제 및 임대료 상승 때문에 기존 주민이
떠나는 현상을 〈젠트리피케이션 Gentrification〉이라고 한다.

▷▷ 응용

한국관광의 문제점, 지방관광의 활성화, 에코투어리즘, 관광두레,
관광객과 거주민 사이에 갈등이 발행하면?

กระจุกตัวอยู่ 집중되다   ปัญหาการจราจร 교통문제

ปัญหาเสียงรบกวน 소음문제   ปัญหาราคาที่ดินแพง 땅값 상승 문제   ส่งเสริม 지원하다

22. 람사르 협약

람사르 협약은 전 세계의 습지를 보호하기 위해 만든 국제 협약이다. 습지는 철새의 서식지이며 다양한 생물이 사는 중요한 자연 지역이다. 람사르 협약의 첫 회의는 1971년 이란 람사르에서 열렸다. 한국에는 밤섬, 우포늪, 한반도습지, 순천만 등을 포함한 24곳의 람사르 습지가 있다. (2021기준)

우포늪은 경남 창녕에 있는 습지이다. 한국에서 가장 크고 오래된 습지이며 많은 동식물이 서식하고 있다.
순천만은 람사르 습지이자, 2021년 유네스코에 등재된 세계자연유산이다. 특히 순천만은 다양한 철새들의 서식지로 많은 관광객과 사진가들이 철새 사진을 찍기 위해 방문한다.
밤섬은 서울 한강에 있는 작은 섬이며 출입금지 지역이다. 다양한 동식물이 서식하고 있다.

อนุสัญญาแรมซาร์เป็นอนุสัญญาระหว่างประเทศที่จัดทำขึ้นเพื่อปกป้อง
พื้นที่ชุ่มน้ำทั่วโลก ซึ่งพื้นที่ชุ่มน้ำนั้นเป็นแหล่งอาศัยของนกอพยพ
อีกทั้งยังเป็นพื้นที่ทางธรรมชาติที่สำคัญ เพราะมีสิ่งมีชีวิตจำนวนมากอาศัยอยู่
การประชุมอนุสัญญาแรมซาร์ครั้งแรกได้จัดขึ้นที่เมืองแรมซาร์ประเทศอิหร่านในปี
ค.ศ.1971
โดยในเกาหลีนั้นมีพื้นที่ชุ่มน้ำแรมซาร์ทั้งหมด 23 แห่ง เช่น เกาะ 밤섬, 우포늪,
한반도습지, 순천만 เป็นต้น

พื้นที่ชุ่มน้ำ 우포늪 นั้นเป็นพื้นที่ชุ่มน้ำในจังหวัด 창녕 ภูมิภาค 경상남도
นับเป็นพื้นที่ชุ่มน้ำที่ใหญ่และเก่าแก่ที่สุดในเกาหลีอีกทั้งยังมีสัตว์และพืช
จำนวนมากอาศัยอยู่
อ่าว 순천만 เป็นพื้นที่ชุ่มน้ำแรมซาร์แห่งหนึ่ง
ที่ได้รับการขึ้นทะเบียนเป็นมรดกโลกทางธรรมชาติขององค์การ UNESCO ในปี ค.ศ.
2021 อีกด้วย
อ่าว 순천만 นั้นเป็นที่อยู่อาศัยของนกอพยพจำนวนมาก

จึงมีนักท่องเที่ยวและช่างภาพจำนวนมากแวะเวียนไปถ่ายรูป
ที่อ่าว 순천만 กันบ่อยครั้ง
ส่วนเกาะ 밤섬 นั้นเป็นเกาะเล็กๆที่อยู่กลางแม่น้ำฮันในกรุงโซลและเป็นพื้นที่ต้องห้าม
ภายในเกาะนั้นมีพืชและสัตว์หลายชนิดอาศัยอยู่นั่นเอง

▶▶ 추가하면 좋을 문장

람사르 협약에 총 172개국이 가입되어 있고 전 세계 2,400여 곳이 람사르 습지에 지정되었다.
우리나라 최초의 람사르 습지는 강원도 대암산 용늪이다.

▷▷ 응용

유네스코 세계자연유산 〈갯벌〉

อนุสัญญา 협정 **พื้นที่ชุ่มน้ำ** 습지 **ช่างภาพ** 사진작가
แวะเวียน 순례하다 **พื้นที่ต้องห้าม** 출입금지지역

23. MICE / PCO

MICE는 Meeting Incentive tour Convention Exhibition의 약자이다.

MICE산업은 최근 한국에서 떠오르는 산업 중 하나이다. MICE는 다양한 분야의 지식과 서비스를 공유하고 산업과 산업을 연결하는 역할을 한다. 한국은 세계 주요도시와 쉽게 연결하는 거점 국가이고 국제 행사를 위한 훌륭한 시설과 서비스를 제공한다. MICE 산업은 한국의 경제와 국가 이미지 그리고 숙박, 음식, 여행 등 다른 산업에도 좋은 영향을 준다.

한국 정부는 다양한 국제 행사를 유치하기 위해 마케팅과 홍보에 투자하고 있으며 국제 행사를 위한 컨벤션 센터를 각 지방 도시에 만들고 있다.

PCO는 Professional Convention Organizers의 약자이며, MICE 국제 행사를 기획하는 에이전시를 의미한다.

PCO는 행사장소 예약, 호텔 예약, 행사 스케줄관리, 교통편, 마케팅과 같은 행사를 위한 전반적인 서비스를 기획하고 제공한다.

MICE ย่อมาจาก Meeting Incentive tour Convention Exhibition

ซึ่ง MICE เป็นหนึ่งในอุตสาหกรรมที่เพิ่งเกิดขึ้นใหม่ในเกาหลี

MICE มีบทบาทในการแชร์ความรู้และบริการในด้านต่างๆ

ระหว่างอุตสาหกรรมหลายๆแห่งนั่นเอง

เราต่างทราบดีว่า จากประเทศเกาหลี เราสามารถเดินทางไปยังเมืองใหญ่ ๆ

ในโลกได้อย่างง่ายดาย อีกทั้งยังมีสิ่งอำนวยความสะดวก

และบริการชั้นเยี่ยมสำหรับการจัดงานระดับนานาชาติ

MICE จึงนับได้ว่ามีผลดีต่อเศรษฐกิจ ภาพลักษณ์ประเทศ และอุตสาหกรรมต่างๆ

ไม่ว่าจะเป็นอุตสาหกรรมด้านที่พัก อาหาร และการท่องเที่ยว เป็นต้น

ซึ่งรัฐบาลเกาหลีกำลังลงทุนด้านการตลาดและการประชาสัมพันธ์

เพื่อดึงดูดให้มีการจัดงานระดับนานาชาติต่างๆในประเทศเกาหลี

โดยในเกาหลีมีศูนย์ประชุมหลายแห่งที่มีไว้สำหรับจัดงานระดับนานาชาติ

ต่างๆนั่นเอง

PCO ย่อมาจาก Professional Convention Organizers

ซึ่งหมายถึงหน่วยงานที่จัดงาน MICE ระดับนานาชาติ

โดย PCO จะให้บริการทุกด้านที่เกี่ยวกับการจัดงาน ตัวอย่างเช่น จองสถานที่จัดงาน

จองโรงแรม จัดตารางงาน ดูแลเรื่องการคมนาคม การตลาด ฯลฯ

▶▶ 추가하면 좋을 문장
〈한국의 컨벤션 센터〉
서울 코엑스, 고양 킨텍스, 대구 엑스코, 부산 벡스코, 제주 ICC, 광주 김대중컨벤션센터, 인천 컨벤시아 등

▷▷ 응용
의료관광, 융복합관광, 코리아유니크베뉴, 인센티브 관광

เพิ่งเกิดขึ้นใหม่ 새롭게 떠오르는   เราต่างทราบดีว่า 잘 알다시피

ศูนย์ประชุม 컨벤션 센터   หน่วยงาน 대행사, 기관

24. 코리아 유니크베뉴

코리아 유니크베뉴는 한국 문화적 특징이 있는 전시장, 회의장, 연회장 등을 의미한다. MICE 행사에 참여하는 외국인에게 한국의 전통문화와 지역적 특색을 알리기 위해 한국 정부는 매년 코리아 유니크 베뉴를 선정하고 있다. 현재 황룡원, 오죽헌, 국립경주박물관, 광명동굴, 국립중앙박물관, 문화비축기지, 한국민속촌 등 40여 곳의 코리아 유니크베뉴가 있다.

Korea Unique Venues คือพื้นที่ที่ใช้สำหรับจัดงานต่างๆ เช่น ห้องโถงนิทรรศการ ห้องประชุม ห้องจัดเลี้ยง ฯลฯ

โดยพื้นที่ดังกล่าวจะต้องมีเอกลักษณ์ที่แสดงถึงวัฒนธรรมเกาหลีนั่นเอง

ทุกปีรัฐบาลเกาหลีจะทำการคัดเลือก Korea Unique Venues

เพื่อที่ชาวต่างชาติที่เข้ามาร่วมในงาน MICE

จะได้รู้จักวัฒนธรรมพื้นบ้านและลักษณะเฉพาะประจำภูมิภาคของเกาหลีอีกด้วย

ซึ่งปัจจุบันมีสถานที่ที่ได้รับการคัดเลือกให้เป็น Korea Unique Venues กว่า 40

แห่งในเกาหลี เช่น 황룡원, 오죽헌, 국립경주박물관, 광명동굴, 국립중앙박물관, 문화비축기지,

한국민속촌 ฯลฯ

▶▶ 추가하면 좋을 문장
유니크베뉴는 기존의 컨벤션센터나 호텔 연회장이 아닌 개최 도시에서만 느낄 수 있는 독특한 정취를 지닌 장소이다.

▷▷ 응용
의료관광, 융복합관광, 코리아유니크베뉴, 인센티브 관광

ห้องโถงนิทรรศการ 전시장	ห้องจัดเลี้ยง 연회장
เข้าร่วม 참석하다	ลักษณะเฉพาะประจำภูมิภาค 지역 특색

25. 의료관광 〈2021 면접기출〉

의료관광이란 관광객이 암 치료, 성형수술, 치과 치료 등의 의료 목적을 가지고 다른 나라를 방문하는 것이다. 한국은 뛰어난 의료기술 및 의료서비스를 갖추고 있고 비용이 합리적이기 때문에 매년 많은 의료 관광객이 방문하고 있다. 또한 의료관광은 의료시장 뿐만 아니라 관광산업에도 큰 영향을 준다.

외국인 의료 관광객에게 안전하고 더 나은 의료서비스를 제공하기 위해 다음과 같이 준비해야 한다.
1. 병원과 연계된 호텔과 편의시설, 환자와 보호자를 위한 서비스를 다양하게 마련해야 한다.
2. 외국인 관광객이 의사 또는 간호사와 대화할 때 불편을 느끼지 않도록 메디컬 통역사를 양성해야 한다.
3. 한국의 뛰어난 의료기술과 서비스를 외국에 많이 홍보해야 한다.

การท่องเที่ยวทางการแพทย์ คือ การที่นักท่องเที่ยวเดินทางไปยังต่างประเทศ
โดยมีวัตถุประสงค์ในการเข้าไปรับการรักษาพยาบาล ไม่ว่าจะเป็น
การรักษาโรคมะเร็ง การทำศัลยกรรม การรักษาทางทันตกรรม เป็นต้น
เนื่องจากประเทศเกาหลีมีเทคโนโลยีทางการแพทย์ที่ยอดเยี่ยม
มีบริการทางการแพทย์ที่ดี อีกทั้งยังมีราคาสมเหตุสมผล
นักท่องเที่ยวจำนวนมากจึงเข้ามารับการรักษาพยาบาลที่เกาหลีทุกปี
การท่องเที่ยวทางการแพทย์ไม่ได้มีอิทธิพลแค่เพียงในตลาดการแพทย์เท่านั้น
แต่ยังมีอิทธิพลต่อตลาดการท่องเที่ยวเป็นอย่างมากอีกด้วย

เพื่อที่นักท่องเที่ยวชาวต่างชาติจะได้รับบริการทางการแพทย์ที่ปลอดภัย
และดียิ่งขึ้นนั้น เราควรปฏิบัติดังนี้
1. ควรสร้างโรงแรมและสิ่งอำนวยความสะดวกให้เชื่อมต่อกับโรงพยาบาล
และควรเตรียมบริการต่างๆสำหรับคนไข้และผู้ติดตามให้มากยิ่งขึ้น
2. ควรผลิตล่ามทางการแพทย์ให้มากขึ้น
นักท่องเที่ยวต่างชาติจะได้ไม่รู้สึกอึดอัดเวลาพูดคุยกับแพทย์หรือพยาบาล

3. ควรประชาสัมพันธ์เทคโนโลยีและบริการทางการแพทย์ของเกาหลีไปยังต่างประเทศมากยิ่งขึ้น

▶▶ 추가하면 좋을 문장

특히 한류 덕분에 성형, 피부관리 등 K-BEAUTY가 세계적으로 유명하다.

▷▷ 응용

SIT, MICE, 한류, 웰니스 관광

การท่องเที่ยวทางการแพทย์ 의료관광   การรักษาพยาบาล 치료

คนไข้และผู้ติดตาม 환자와 동반보호자   ล่าม 통역사   อึดอัด 답답하다

---

26. 한류

한류는 세계적으로 인기 있는 한국의 음악, 드라마, 패션을 아우르는 한국의 문화이다.
2000년대 중국, 대만, 일본에 한국의 대중문화가 유행하기 시작하였고 지금은 전 세계에 한국 드라마, K-POP 뿐 아니라 음식, 패션, K-BEAUTY 도 유행하고 있다.
인터넷을 통해 한국의 문화를 쉽게 접하면서 해외 한류 팬은 점점 더 늘어나고 있다.
한국정부도 한류 비즈니스를 다양하게 지원하고 있으며 한류는 하나의 국가사업이 되었다.
뿐만 아니라 이것은 관광산업, 패션산업, 수출 등 다른 산업에도 큰 영향을 준다.

우리는 한류의 지속적인 발전을 위해 다음과 같은 노력을 해야 한다.
1. 다른 나라들이 모방할 수 없는 고유성과 정체성을 가진 콘텐츠를 만들어야 한다.
2. 관광, 패션, K-BEAUTY 등 다른 연계 산업과 협력하여 새로운 비즈니스 모델을 창출해야 한다.
3. YouTube, Facebook 등 다양한 SNS 채널을 이용하여 지속적으로 홍보해야 한다.

한류 หรือ กระแสเกาหลีเป็นวัฒนธรรมเกาหลีอย่างหนึ่งที่ได้รับความนิยมไปทั่วโลก
ได้แก่ วัฒนธรรมที่เกี่ยวกับเพลง ละคร แฟชั่น เป็นต้น
ในช่วงปี 2000 วัฒนธรรมกระแสเกาหลีเริ่มเป็นที่นิยมในจีน ไต้หวัน และญี่ปุ่น
แต่ในปัจจุบันนี้ ไม่เพียงแค่ละครหรือ K-POP เท่านั้น แต่อาหาร แฟชั่น
รวมถึง K-beauty ต่างก็ยังได้รับความนิยมไปทั่วโลกอีกด้วย
เนื่องจากวัฒนธรรมเกาหลีสามารถเข้าถึงได้ง่ายผ่านทางอินเทอร์เน็ต
จำนวนแฟนคลับของกระแสเกาหลีในต่างประเทศจึงค่อยๆเพิ่มขึ้นนั่นเอง
ในปัจจุบัน รัฐบาลเกาหลีให้การสนับสนุนธุรกิจกระแสเกาหลีเป็นอย่างมาก
จึงทำให้กระแสเกาหลีกลายเป็นธุรกิจระดับชาติ
ไม่เพียงเท่านี้ กระแสเกาหลียังมีอิทธิพลต่ออุตสาหกรรมอื่นๆ เช่น
อุตสาหกรรมการท่องเที่ยว อุตสาหกรรมแฟชั่น และอุตสาหกรรมการส่งออกอีกด้วย

เพื่อที่ในอนาคตกระแสเกาหลีจะยังคงได้รับความนิยมอยู่เสมอ

เราต้องพยายามพัฒนากระแสเกาหลี ดังนี้

1. ควรสร้างเนื้อหาที่มีเอกลักษณ์เฉพาะตัวของประเทศเกาหลี

เพื่อที่ประเทศอื่นๆจะได้ไม่สามารถลอกเลียนแบบได้

2. ควรสร้างรูปแบบธุรกิจใหม่ๆโดยร่วมมือกับอุตสาหกรรมอื่นๆ ไม่ว่าจะเป็น

อุตสาหกรรมการท่องเที่ยว แฟชั่น หรือ K-BEAUTY เป็นต้น

3. ต้องโปรโมทผ่านช่องทางโซเชียล(SNS) อย่างต่อเนื่องไม่ว่าจะเป็น YouTube

Facebook เป็นต้น

▶▶ 추가하면 좋을 문장

한류의 단점은 모방하기 쉽고, 비슷한 콘텐츠가 많으며, 유행에 민감하다는 것이다.

▷▷ 응용

한국을 홍보하는 방법, 한식, 한복, 한국문화, 의료관광

ค่อยๆ 천천히	ธุรกิจระดับชาติ 국가사업	ความนิยม 인기, 유행
พยายาม 노력하다	ลอกเลียนแบบ 모방하다	อย่างต่อเนื่อง 지속적으로

27. 스탑오버

스탑오버는 여행객이 목적지 국가로 가는 도중에 경유지에 머무르는 것을 의미한다.

스탑오버 여행객은 추가비용 없이 둘 이상의 나라를 여행할 수 있으며 보통 24시간 이상, 4~5일 정도 머무른다.

인천공항은 아시아의 중심에 위치한 공항으로 많은 스탑오버 관광객이 이용한다. 우리는 한국을 경유하는 스탑오버 여행객이 보다 편리하게 한국을 관광할 수 있도록 다양한 일일투어 또는 단기투어를 개발하여야 한다.

Stopover คือการแวะพักระหว่างทาง หมายความว่า

ผู้เดินทางจะแวะพักสั้นๆที่ประเทศจุดแวะพักระหว่างทางไปยังประเทศปลายทาง

ซึ่งนักท่องเที่ยวสามารถเดินทางไปได้มากกว่าหนึ่งประเทศโดยไม่มีค่าใช้จ่ายเพิ่มเติม

โดยปกติแล้ว นักท่องเที่ยวมักจะแวะพักในประเทศนั้นๆมากกว่า 24 ชั่วโมงไปจนถึง

4, 5 วัน

สนามบิน 인천 ที่เกาหลีนั้นจัดเป็นสนามบินศูนย์กลางของเอเชีย

จึงมีนักท่องเที่ยวแวะมาพักเป็นจำนวนมาก

ดังนั้น เราจึงควรจัดทำทัวร์วันเดียว หรือทัวร์ระยะสั้นต่างๆให้มีความหลากหลาย

เพื่อที่นักท่องเที่ยวจะสามารถแวะมาพักเที่ยวในประเทศเกาหลีได้นั่นเอง

▶▶ 추가하면 좋을 문장

경유지 국가에 24시간 이내로 머무는 것은 레이오버(Layover) 이다.

▷▷ 응용

FIT, LCC

แวะพัก 도중에 들르다		ประเทศปลายทาง 목적지 국가
ค่าใช้จ่าย 경비, 비용	เพิ่มเติม 추가하다, 더하다	ทัวร์วันเดียว 일일투어

28. LCC

LCC는 Low Cost Carrier의 약자이며 저비용 항공사를 의미한다. LCC 항공사는 저렴한 항공료와 최소한의 서비스를 제공하며, 경우에 따라 LCC 승객은 기내식, 수화물 비용, 좌석 지정에 추가 요금을 지불할 수도 있다. 최근 LCC의 성장으로 관광산업이 크게 발전하였다.

한국의 최초 LCC 항공사는 한성항공이며 현재는 티웨이, 진에어, 제주항공, 에어부산, 에어서울, 에어로케이 등이 있다.

LCC เป็นตัวย่อของคำว่า Low-Cost Carrier ซึ่งมีความหมายว่า

สายการบินราคาประหยัดนั่นเอง

สายการบินแบบ LCC นั้นจะจำหน่ายตั๋วเครื่องบินในราคาถูก

แต่ก็จะลดบริการบนเครื่องบินลง

ทั้งนี้ผู้โดยสารอาจจะจ่ายค่าอาหาร ค่าน้ำหนักกระเป๋าเดินทาง หรือ

ค่าบริการจองที่นั่งเพิ่มเติมได้

ในปัจจุบันนี้ อุตสาหกรรมการท่องเที่ยวมีการพัฒนาอย่างมาก

เนื่องมาจากการพัฒนาสายการบินแบบ LCC นั่นเอง

โดยสายการบิน LCC แห่งแรกของเกาหลี คือ Hansung Airlines

ปัจจุบันมีสายการบินเกาหลีที่เป็น LCC มากมาย เช่น T-WayAir, JinAir, JejuAir,

AirBusan, AirSeoul, AeroK ฯลฯ

▶▶ 추가하면 좋을 문장
LCC의 반대는 FSC (Full Service Carrier)로 한국에는 대한항공과 아시아나항공이 있다.

▷▷ 응용
FIT, 스탑오버

สายการบินราคาประหยัด 저비용 항공사　　　　จำหน่าย 판매하다

บริการบนเครื่องบิน 기내 서비스　　น้ำหนัก 무게　　กระเป๋าเดินทาง 여행가방, 수하물

---

29. 여권과 비자

여권은 여행객의 국적과 신분을 증명하는 국제 신분증이다.
각 나라의 정부에서 보증하는 서류이며 관광객은 해외여행을 갈 때 반드시 가지고 가야 한다.
여행 목적에 따라 일반여권, 관용여권, 외교관 여권이 있다.
비자는 여행을 허가하는 여행 서류이다. 여행하는 목적지 국가의 정부에서 발급하며 관광객은 출국 전에 목적지 국가의 대사관에서 비자를 받아야 한다.
국가 간의 비자협정 체결 후 90일 이하로 머무는 관광객은 비자를 면제해 주기도 한다.

หนังสือเดินทางคือเอกสารแสดงตัวบุคคลที่รับรองสัญชาติ
และตัวตนของผู้เดินทางไปต่างประเทศ
ซึ่งเอกสารนี้ได้รับการรับรองจากรัฐบาลของแต่ละประเทศแล้ว
ดังนั้นนักท่องเที่ยวจึงต้องนำติดตัวไปทุกครั้งเมื่อเดินทางไปต่างประเทศ
ประเภทของหนังสือเดินทางนั้นขึ้นอยู่กับวัตถุประสงค์ของการเดินทาง
แบ่งออกเป็นหลายประเภทเช่น หนังสือเดินทางทั่วไป
หนังสือเดินทางสำหรับข้าราชการ หนังสือเดินทางสำหรับนักการทูต เป็นต้น
วีซ่า คือ เอกสารอนุญาตการเดินทางของผู้เดินทาง
ออกโดยรัฐบาลของประเทศจุดหมายปลายทางที่ผู้เดินทางจะเดินทางไป
นักท่องเที่ยวต้องขอวีซ่าที่สถานทูตของประเทศปลายทางก่อนออกเดินทาง
โดยวีซ่าอาจได้รับการยกเว้นให้แก่นักท่องเที่ยวที่พำนักไม่เกิน 90 วัน
ตามข้อตกลงวีซ่าระหว่างประเทศนั้นเอง

▶▶ 추가하면 좋을 문장

태국과 한국은 비자 면제협정에 따라 90일간의 체류가 허용된다.

▷▷ 응용

만약 관광객이 여권을 잃어버리면? C.I.Q

หนังสือเดินทาง 여권 **สัญชาติ** 국적 **ตัวตน** 신분
ติดตัว 소지하다 **ข้อตกลงวีซ่า** 비자협정

30. C.I.Q

C.I.Q는 Customs, Immigration, Quarantine(세관검사, 출입국관리, 검역)의 줄임 말이다.
여행객은 입국이나 출국할 때 공항 또는 항만에서 이 세 가지 절차를 반드시 거쳐야 한다.
세관은 면세물품 검사를 하고, 출입국관리소는 비자와 여권 그리고 여행 목적을 확인한다. 검역은 전염병과 동식물을 검사한다.
관광객은 입국 전 비자를 확인하고, 면세기준을 초과한 물품은 미리 신고해야 하며, 몸이 아프거나 금지 품목을 가지고 있다면 반드시 검역에 알려야 한다.

C.I.Q ย่อมาจาก Customs Immigration และ Quarantine
นักท่องเที่ยวจะต้องผ่านการตรวจสอบทั้ง 3 ขั้นตอนนี้ที่สนามบิน หรือที่ท่าเรือ
เวลาก่อนจะเข้าหรือจะออกประเทศ
โดยจะมีเจ้าหน้าที่ศุลกากรคอยตรวจสินค้าปลอดภาษี
ด่านตรวจคนเข้าเมืองจะตรวจวีซ่าและหนังสือเดินทาง รวมทั้ง
ถามถึงจุดประสงค์ในการเข้าประเทศ
ส่วนด่านกักกันโรคนั้นจะทำการตรวจโรคติดเชื้อ และสิ่งมีชีวิตพวกสัตว์และพืชนั่นเอง
นักท่องเที่ยวจะต้องตรวจสอบวีซ่าของตนก่อนเข้าประเทศ และต้องแจ้งล่วงหน้า
หากมีสิ่งของที่เกินมาตรฐานปลอดภาษี อีกทั้งถ้ามีอาการป่วยหรือมีสิ่งของต้องห้าม
จะต้องแจ้งด่านกักกันโรคก่อนเสมอ

▶▶ 추가하면 좋을 문장
관광객이 입국 시 도착 게이트로 나오지 않으면 C.I.Q에 붙잡혀 있는지 확인하고 여행사에 보고해야 한다.

▷▷ 응용
관광객이 공항밖으로 나오지 않을 때, 여권과 비자, 면세기준

ศุลกากร 세관	ด่านตรวจคนเข้าเมือง 출입국 관리	ด่านกักกันโรค 검역
โรคติดเชื้อ 전염병	สิ่งของต้องห้าม 금지품목	

31. 여행경보제도

여행경보제도는 외교부에서 관리하는 경보 시스템이다. 특정 국가를 여행하는 여행객에게 여행지의 상태와 위험을 공지하는 제도이다. 그리고 관광객이 지켜야 할 안전 행동지침(Guideline)도 안내한다. 여행경보제도는 위험한 정도에 따라 〈유의-자제-철수권고-금지〉 4단계가 있으며 〈남색-황색-적색-흑색〉 순으로 표시한다.

ระบบเตือนภัยขณะเดินทางเป็นระบบที่จัดทำโดยกระทรวงการต่างประเทศ
ซึ่งระบบนี้จะคอยแจ้งเรื่องความปลอดภัย
รวมถึงอันตรายต่างๆที่เกิดขึ้นบริเวณแหล่งท่องเที่ยว
ให้นักท่องเที่ยวที่เดินทางไปยังต่างประเทศบางประเทศได้ทราบ
อีกทั้งระบบนี้ยังคอยแนะนำแนวทางรักษาความปลอดภัยให้แก่นักท่องเที่ยวอีกด้วย
โดยระบบเตือนภัยขณะเดินทางนั้นมีการแจ้งเตือน 4 ระดับด้วยกัน ได้แก่
พื้นที่ที่ควรระวัง พื้นที่ที่ควรหลีกเลี่ยง พื้นที่ที่ควรอพยพ และพื้นที่ต้องห้าม
ซึ่งจะระบุไว้เป็นสีน้ำเงิน สีเหลือง สีแดง และ สีดำ ตามลำดับนั่นเอง

▶▶ 추가하면 좋을 문장

관광객은 위험지역에는 가지 말아야 하며 허가 없이 위험지역에 머물 경우 처벌받을 수 있다.

▷▷ 응용

여권과 비자, 여행안전

ระบบเตือนภัย 경보제도	กระทรวงการต่างประเทศ 외교부
แนวทางรักษาความปลอดภัย 안전 가이드라인	ระบุ 지정하다

32. 여행사의 기능

여행사는 관광객이 안전하고 편안하게 여행할 수 있도록 관광 서비스와 프로그램을 제공하는 회사이다. 숙박, 교통편, 가이드, 식당, 관광지 등의 예약 서비스를 도와준다. 또한 여행 중 사고가 났을 때 보험 처리도 가능하다.
여행사의 종류는 인바운드 여행사와 아웃바운드 여행사가 있다. 인바운드 여행사의 고객은 한국으로 여행을 오는 외국인이며, 아웃바운드 여행사의 고객은 외국으로 여행을 가는 한국인이다.

บริษัททัวร์คือบริษัทที่จัดหาโปรแกรมนำเที่ยวให้แก่นักท่องเที่ยว
เพื่อที่นักท่องเที่ยวนั้นจะสามารถเดินทางได้อย่างปลอดภัยและสะดวกสบาย
โดยบริษัททัวร์จะช่วยจองโรงแรม รถ ไกด์นำเที่ยว ร้านอาหาร
รวมถึงสถานที่ท่องเที่ยวต่างๆให้แก่นักท่องเที่ยว
อีกทั้งยังมีประกันการเดินทางหากเกิดอุบัติเหตุขณะทัวร์อีกด้วย
บริษัททัวร์แบ่งออกเป็น 2 ประเภทใหญ่ๆ ได้แก่ บริษัททัวร์แบบ Inbound และ Outbound
โดยลูกค้าของบริษัททัวร์แบบ Inbound ก็คือ ชาวต่างชาติที่เดินทางมาเที่ยวเกาหลี
ส่วนลูกค้าของบริษัททัวร์แบบ Outbound ก็คือ ชาวเกาหลีที่เดินทางไปเที่ยวต่างประเทศนั่นเอง

▶▶ 추가하면 좋을 문장
최근 FIT 관광객이 늘면서 여행사의 업무가 축소되고 있다.

▷▷ 응용
패키지투어와 FIT 투어, 여행업의 종류, 미래의 관광산업

บริษัททัวร์ 여행사	**จัดหา** 대비하다, 마련해 놓다
ประกันการเดินทาง 여행보험	**ลูกค้า** 고객, 손님

33. 움직이는 관광안내소

움직이는 관광안내소는 문화체육관광부(MCST)와 한국관광공사(KTO)가 운영하는 관광객을 위한 안내 서비스이다.
남대문 시장이나 명동과 같은 관광지에서 만날 수 있으며 붉은 옷과 모자를 쓰고 보통 두 명씩 짝지어 다닌다. 영어, 중국어, 일본어 등 외국어 서비스도 가능하며 관광객이 도움이 필요할 때 즉시 그들에게 도움을 받을 수 있다.

จุดบริการข้อมูลการท่องเที่ยวเคลื่อนที่นั้นเป็นบริการที่มีไว้สำหรับช่วยเหลือนักท่องเที่ยว จัดทำขึ้นโดยกระทรวง MCST ร่วมกันกับองค์การ KTO ซึ่งเราจะเจอจุดบริการดังกล่าวได้ตามสถานที่ท่องเที่ยวต่างๆ เช่น ตลาด 남대문 หรือ 명동 เป็นต้น โดยปกติแล้วเจ้าหน้าที่ของจุดบริการนี้มักจะสวมเสื้อสีแดง หมวกสีแดง และเดินไปเป็นคู่ๆ
นอกจากนี้จุดบริการข้อมูลการท่องเที่ยวเคลื่อนที่นั้นยังให้บริการเป็นภาษาต่างประเทศ เช่น ภาษาอังกฤษ ภาษาจีน ภาษาญี่ปุ่น ฯลฯ และถ้าหากนักท่องเที่ยวต้องการความช่วยเหลือ ก็สามารถขอความช่วยเหลือจากเจ้าหน้าที่เหล่านี้ได้ทันที

▶▶ 추가하면 좋을 문장

최근 FIT 관광객이 늘면서 움직이는 관광안내소, 1330, 관광경찰, bbb와 같은 다국어 서비스 이용이 증가하고 있다.

▷▷ 응용

1330, 관광경찰,
외국인이 관광도중 어려움이 생겼을 때 도움을 받을 수 있는 서비스는 무엇이 있는가?

จุดบริการข้อมูลการท่องเที่ยว 관광정보 안내소　**เคลื่อนที่** 이동하다
หมวก 모자　**ทันที** 즉시, 즉각

34. 관광경찰

관광경찰은 한국을 여행하는 관광객이 안전하고 편안하게 여행할 수 있도록 돕는 경찰관이다.

관광객은 여행 도중 느끼는 불편한 점을 신고할 수 있고, 큰 사건사고가 발생했을 때 1330을 통해 관광경찰의 도움을 받을 수 있다.

관광경찰의 임무는 기초질서 유지, 범죄예방, 불법행위 단속, 불편사항 처리 등이다.

2013년 시작된 관광경찰은 서울, 부산, 인천 내 관광지에서 운영 중이다.

ตำรวจท่องเที่ยวเป็นตำรวจที่ช่วยเหลือนักท่องเที่ยวในเกาหลี

ให้เดินทางได้อย่างสะดวกและปลอดภัย

ซึ่งนักท่องเที่ยวสามารถรายงานความไม่สะดวกที่เกิดขึ้นขณะเดินทางได้

นอกจากนี้หากเกิดอุบัติเหตุระหว่างการเดินทาง

นักท่องเที่ยวยังสามารถโทรไปขอความช่วยเหลือจากตำรวจท่องเที่ยวได้ที่เบอร์ 1330

อีกด้วย

หน้าที่ของตำรวจท่องเที่ยว คือ รักษาความสงบเรียบร้อย ป้องกันอาชญากรรม

ปราบปรามสิ่งผิดกฎหมาย จัดการเรื่องร้องเรียนต่างๆ เป็นต้น

ตำรวจท่องเที่ยวเริ่มมีขึ้นตั้งแต่ปี ค.ศ. 2013

โดยปัจจุบันนั้นได้ปฏิบัติงานอยู่ตามสถานที่ท่องเที่ยวต่างๆในเมืองโซล ปูซาน

และอินชอนนั่นเอง

▶▶ 추가하면 좋을 문장

현재 관광경찰이 배치된 관광지는 동대문, 명동, 이태원, 인사동, 청계천, 해운대해수욕장, 자갈치시장, 국제시장, 태종대 등이다.

▷▷ 응용

관광객이 중요한 물건을 분실하면? 관광객이 시장이나 택시에서 바가지를 쓴다면? 관광객끼리 싸움이 나면? 관광객이 길을 잃어버리면?

ตำรวจท่องเที่ยว 관광경찰	ความไม่สะดวก 불편함
ป้องกันอาชญากรรม 범죄를 방지하다	ปราบปรามสิ่งผิดกฎหมาย 불법행위를 단속하나

35. 1330

1330은 문화체육관광부(MCST)와 한국관광공사(KTO)에서 운영하는 외국인 관광객을 돕는 모바일 핫라인 서비스이다. 1330은 영어, 일어, 중국어 등 다양한 언어로 서비스를 제공하고 있다.

1330은 외국인 관광객에게 한국 여행에 관한 다양한 정보를 제공한다. 또한, 관광객은 여행하는 동안 겪은 불편한 점을 신고할 수 있고, 여행 중 사고가 발생했을 때 도움을 받을 수 있다.

1330 เป็นบริการสายด่วนที่มีขึ้นเพื่อคอยช่วยเหลือนักท่องเที่ยวชาวต่างชาติ

บริการนี้จัดทำขึ้นโดยกระทรวง MCST ร่วมกันกับองค์การ KTO

ซึ่ง 1330 นั้นให้บริการในหลากหลายภาษา ไม่ว่าจะเป็นภาษาอังกฤษ ญี่ปุ่น และจีน

เจ้าหน้าที่จากบริการ 1330 จะให้ข้อมูลมากมายเกี่ยวกับการเดินทางท่องเที่ยว

ในประเทศเกาหลีแก่นักท่องเที่ยว

ซึ่งนักท่องเที่ยวสามารถรายงานความไม่สะดวกที่เกิดขึ้นขณะเดินทางได้

อีกทั้งยังสามารถขอความช่วยเหลือหากเกิดอุบัติเหตุระหว่างการเดินทางได้อีกด้วย

▶▶ 추가하면 좋을 문장

비슷한 서비스로 bbb KOREA 가 있으며 19개 언어로 무료 통역 서비스를 제공한다.

▷▷ 응용

관광경찰, 움직이는 관광안내소
외국인이 승차거부 또는 바가지를 썼을 때 어떻게 돕겠는가?

บริการสายด่วน 긴급 핫라인서비스

องค์การส่งเสริมการท่องเที่ยวเกาหลี 한국관광공사 Korea Tourism Organization

กระทรวงวัฒนธรรม กีฬา และการท่องเที่ยว 문화체육관광부

The Ministry of Culture, Sports and Tourism

36. 인터내셔널 택시

인터내셔널택시는 2009년부터 서울시가 운영하는 외국인을 위한 택시 서비스이다.

운전자는 시험을 통과해야 인터내셔널 택시기사가 될 수 있으며, 영어, 중국어, 일본어 등 외국어 의사

소통이 가능해야 한다. 공항 픽업서비스 뿐만 아니라 서울시내 투어 서비스도 제공한다.

관광객은 전화와 온라인으로 인터내셔널 택시를 예약할 수 있다.

International Taxi เป็นบริการรถแท็กซี่สำหรับชาวต่างชาติ

จัดทำโดยรัฐบาลกรุงโซลตั้งแต่ปี ค.ศ. 2009 เป็นต้นมา

ซึ่งคนขับแท็กซี่นั้นจะต้องผ่านการทดสอบก่อน ถึงจะมาเป็นคนขับ International Taxi

ได้ และโดยปกติแล้ว คนขับแท็กซี่จะสามารถพูดภาษาต่างประเทศได้อีกด้วย

ไม่ว่าจะเป็น ภาษาจีน ภาษาอังกฤษ ภาษาญี่ปุ่น เป็นต้น

International Taxi ไม่เพียงแต่ให้บริการรับส่งจากสนามบินเท่านั้น

แต่ยังมีบริการแนะนำโปรแกรมทัวร์ในกรุงโซลอีกด้วย

นักท่องเที่ยวสามารถใช้บริการ International Taxi ได้ โดยจองผ่านทางโทรศัพท์

หรือทางออนไลน์นั่นเอง

▶▶ 추가하면 좋을 문장

외국인 관광객은 인터내셔널 택시를 이용해 바가지요금 걱정 없이 안전하게 여행할 수 있다.

▷▷ 응용

FIT, 서울의 대중교통

관광객이 택시에 물건을 두고 내렸다면? 관광객이 택시 요금을 바가지 썼다면? 관광객이 승차 거부를 당했다면?

คนขับแท็กซี่ 택시 운전사	**ผ่านการทดสอบ** 시험을 통과하다
บริการรับส่ง 픽업서비스	**ทางโทรศัพท์ หรือทางออนไลน์** 전화 또는 온라인으로

37. 시티투어버스

시티투어버스는 도심을 여행하는 관광객을 위한 교통 서비스이다.

관광객은 버스에서 다양한 언어로 관광지에 대한 설명을 들을 수 있고 편리하게 도심 속 유명 관광지를 여행할 수 있다. 관광객은 일일티켓을 구매하여 하루 동안 원하는 곳을 모두 둘러볼 수 있다.

서울 시티투어버스는 고궁코스, 강남투어코스, 야간투어코스 등 다양한 프로그램이 있다.

City Tour Bus หรือรถบัสชมเมือง เป็นบริการรถโดยสารสำหรับนักท่องเที่ยวที่เดินทางในตัวเมือง

นักท่องเที่ยวจะสามารถฟังคำอธิบายสถานที่ท่องเที่ยวในภาษาต่างๆได้บนรถบัส

กล่าวคือ นักท่องเที่ยวสามารถท่องเที่ยวไปยังสถานที่ต่างๆรอบเมืองได้อย่างสะดวกสบายผ่านทาง City Tour Bus นั่นเอง

โดยนักท่องเที่ยวสามารถซื้อตั๋วแบบวันเดียว

และเดินทางไปยังสถานที่ที่ต้องการโดยใช้บริการ City Tour Bus ได้ตลอดทั้งวัน

City Tour Bus ในกรุงโซลนั้นมีเส้นทางให้เลือกหลากหลาย ไม่ว่าจะเป็นโปรแกรมทัวร์พระราชวัง ทัวร์ย่านกังนัม หรือทัวร์กลางคืน เป็นต้น

▶▶ 추가하면 좋을 문장

시티투어버스 티켓으로 박물관, 공연장에서 입장료 할인을 받을 수 있다.

부산, 여수, 인천, 목포, 경주 등에서도 시티투어버스를 운영하고 있다.

▷▷ 응용

FIT, 서울시내 관광지 추천

ฟังคำอธิบาย 설명을 듣다	กล่าวคือ 즉, 다시 말하자면	
ตลอดทั้งวัน 하루 종일	เส้นทาง 노선	ย่าน 지역

38. 서울의 지하철

서울의 지하철은 버스, 택시와 함께 대표적인 서울의 대중교통 시스템이다. 총 10개의 노선이 있으며 약 320여 개의 역이 있다. 관광객은 지하철을 이용해 서울과 경기도, 인천에 이르기까지 편리하게 여행할 수 있다.

T-Money card는 대중교통을 이용할 수 있는 한국의 교통카드이다. 외국인 관광객은 역이나 편의점에서 선불카드를 구입하고 요금을 충전하여 사용할 수 있다.

รถไฟใต้ดิน รถเมล์ และรถแท็กซี่นั้นเป็นระบบขนส่งสาธารณะของกรุงโซล
ซึ่งรถไฟใต้ดินนั้นมีทั้งหมด 10 สาย และมีประมาณ 320 สถานีด้วยกัน
นักท่องเที่ยวสามารถนั่งรถไฟใต้ดินไปที่ไหนก็ได้อย่างง่ายดาย ทั้งในกรุงโซล อินชอน
ไปจนถึงคยองกีเพียงแค่มีบัตร T-Money
โดยบัตร T-Money เป็นบัตรโดยสารของเกาหลีที่ต้องใช้ตอนนั่งรถโดยสารสาธารณะ
นั่นเอง
นักท่องเที่ยวชาวต่างชาติสามารถซื้อหรือเติมเงินบัตร T-Money
ได้ที่สถานีรถไฟใต้ดินหรือร้านสะดวกซื้อทั่วไป

▶▶ 추가하면 좋을 문장
외국인에게 지하철을 이용하는 방법을 설명해 보시오.

▷▷ 응용
FIT, 서울의 대중교통, 서울시내 관광추천

รถไฟใต้ดิน 지하철	สถานี 역	ระบบขนส่งสาธารณะ 대중교통 시스템
เพียงแค่ 단지	เติมเงิน 충전하다, 선불 결제하다	ร้านสะดวกซื้อ 편의점

39. 대한민국

대한민국은 동북아시아에 위치한 국가이며 지리적으로 중국과 일본의 사이에 있다.

대한민국은 삼면이 바다이고 3,000여 개의 섬이 있으며 그중 가장 큰 섬은 제주도다.

국토의 70%가 산으로 이루어져 있고, 4계절이 뚜렷해 아름다운 국립공원이 많이 있다.

대한민국의 인구는 약 오천 이백만 명이다. 수도는 서울이며 서울의 인구는 약 천만 명에 달한다. 남한의 주요 도시는 부산, 인천, 대전, 대구 등이 있다.

대한민국의 국기는 태극기이고 국화는 무궁화이다. 무궁화의 뜻은 불멸이며 매년 여름에 꽃을 피운다.

안익태가 작곡한 애국가는 대한민국의 국가이며 1948년부터 올림픽과 같은 국제 행사에 공식 국가로 사용하고 있다.

ประเทศเกาหลีตั้งอยู่ในภูมิภาคเอเชียตะวันออกเฉียงเหนือ

ซึ่งในทางภูมิศาสตร์นั้น ประเทศเกาหลีตั้งอยู่ระหว่างประเทศจีนกับประเทศญี่ปุ่น

โดยสามด้านของเกาหลีเป็นทะเล และมีเกาะมากกว่า 3,000 เกาะด้วยกัน

เกาะที่ใหญ่ที่สุดคือเกาะเชจู

70% ของประเทศเกาหลีเป็นภูเขา และมีสี่ฤดูกาลที่แตกต่างกัน

จึงมีอุทยานแห่งชาติที่สวยงามหลายแห่ง

เกาหลีใต้มีประชากรประมาณ 52 ล้านคน

โดยมีเมืองหลวงคือกรุงโซล ซึ่งมีประชากรประมาณ 10 ล้านคน

เมืองใหญ่ในเกาหลีใต้เมืองอื่นๆ ได้แก่ 부산 인천 대전 대구 เป็นต้น

태극기 เป็นธงชาติของประเทศเกาหลี

ดอกไม้ประจำชาติของประเทศเกาหลี คือ ดอก 무궁화 ซึ่ง 무궁화 นั้นหมายถึง

ความเป็นอมตะ โดยดอก 무궁화 จะบานทุกๆหน้าร้อน

เพลงชาติของเกาหลีใต้นั้นแต่งขึ้นโดย 안익태

ซึ่งเพลงนี้ถูกกำหนดให้เป็นเพลงชาติในปี ค.ศ.1948

โดยเรามักเปิดเพลงชาติในงานสำคัญระดับชาติต่างๆ เช่น การแข่งขันกีฬาโอลิมปิก

เป็นต้น

▶▶ 추가하면 좋을 문장

한국의 경제, 한국의 역사, 한국의 관광지 등등

▷▷ 응용

한국관광의 특징, 관광객과 버스에 탑승한 후 어떤 이야기를 할 것인가?

ประชากร 인구   ดอกไม้ประจำชาติ 국화   บาน (꽃이)피다

สี่ฤดูกาลที่แตกต่างกัน 뚜렷한 사계절   เพลงชาติ 국가(노래)

40. 태극기

태극기는 대한민국의 국기이다. 바탕은 흰색이고 중앙에는 둥근 원이 있으며, 네 모서리에는 검은 직사각형의 괘가 있다.

흰색 바탕은 우리 민족의 순수함과 평화를 상징한다. 중앙의 원은 빨간색과 파란색으로 나뉘어 음과 양을 상징하고, 4개의 괘는 물, 불, 하늘, 땅을 상징한다.

태극기는 조선 후기부터 국가 행사에 쓰이기 시작했다.

태극기 เป็นธงชาติของประเทศเกาหลี

บนพื้นหลังของธงสีขาวนั้น ตรงกลางมีวงกลมและมีอักษรอี้ชิงสีดำที่มีลักษณะ

เป็นสี่เหลี่ยมผืนผ้าอยู่ที่มุม 4 มุมด้วยกัน

พื้นหลังสีขาวนั้นเป็นสัญลักษณ์ของความบริสุทธิ์และความสงบสุขของชาวเกาหลี

วงกลมตรงกลางประกอบไปด้วยสีแดงและสีน้ำเงิน ซึ่งเป็นสัญลักษณ์ของ

หยินและหยาง

ส่วนอักษรอี้ชิงทั้งสี่นั้นเป็นสัญลักษณ์ของ น้ำ ไฟ ท้องฟ้า และพื้นดิน นั่นเอง

โดย 태극기 ถูกใช้ในงานระดับนานาชาติมาตั้งแต่สมัยปลายราชวงศ์ 조선

▶▶ 추가하면 좋을 문장

태극기는 조선 후기 박영효가(이응준) 만들었다.

태극기는 올림픽이나 정상회담과 같은 국가 행사에서 대한민국을 상징한다.

▷▷ 응용

한국의 국가, 국기 그리고 국화에 대해 설명하시오

ธงชาติ 국기	อักษรอี้ชิง 괘	มุม 모퉁이, 각
สี่เหลี่ยมผืนผ้า 직사각형		ความบริสุทธิ์ 순수함

41. 서울

서울은 대한민국의 수도이며 문화, 경제, 교육, 정치의 중심이다.

서울은 백제시대부터 수도였으며 한성-위례성-남경-한양-경성-서울 등 역사적으로 많은 이름을 가지고 있었다. 오늘날 서울에는 궁궐, 종묘, 북촌, 강남, N서울타워 등 많은 관광지가 있다.

서울은 높은 빌딩이 많고 한강이 가로질러 흐르는 현대적인 도시이며, 현재 약 천만 명의 시민이 살고 있다.

กรุงโซลเป็นเมืองหลวงของประเทศเกาหลี อีกทั้งยังเป็นศูนย์กลางของวัฒนธรรม เศรษฐกิจ การศึกษา และการเมืองของเกาหลีอีกด้วย

กรุงโซลเป็นเมืองหลวงมาตั้งแต่สมัย 백제 จึงมีชื่อทางประวัติศาสตร์มากมาย ได้แก่ 한성-위례성-남경-한양-경성-서울

โซลมีสถานที่ท่องเที่ยวมากมาย เช่น พระราชวัง ศาลเจ้า 종묘 북촌 강남 Nโซลทาวเวอร์ เป็นต้น

นอกจากนี้ โซลยังเป็นเมืองสมัยใหม่ที่มีตึกสูงมากมาย มีแม่น้ำฮันไหลผ่าน และมีพลเมืองอาศัยอยู่ประมาณ 10 ล้านคนด้วยกัน

▶▶ 추가하면 좋을 문장
2008년부터 해치는 서울의 상징이다.

▷▷ 응용
서울의 관광지, 한국의 역사

การศึกษา 교육		พลเมืองอาศัยอยู่ 거주시민
เมืองสมัยใหม่ 현대적인 도시	ตึกสูง 높은 건물	ไหลผ่าน 통과해 흐르다

42. 한강

한강은 서울을 가로질러 흐르는 아름다운 강이다. 강원도 태백산에서 시작한 한강의 길이는 약 500km
이며 폭은 약 1km이다. 현재 한강에는 33개의 다리가 있다.

한강은 서울의 상징이다. 그래서 우리는 한국전쟁 이후에 이룬 빠른 경제 성장을 〈한강의 기적〉이라고
부른다. 한강시민공원은 서울시민의 휴식처이며 운동을 하거나 산책을 즐기는 곳이다. 때로는 공원에
서 음악공연, 불꽃놀이, 야시장이 열린다.

แม่น้ำฮันเป็นแม่น้ำอันงดงามที่ไหลผ่านกรุงโซลโดยเริ่มต้นจากภูเขา 태백산
ในภูมิภาค 강원도 ซึ่งแม่น้ำฮันนั้น ยาวประมาณ 500 กิโลเมตรและกว้างประมาณ
1 กิโลเมตร
มีสะพานข้ามแม่น้ำฮันทั้งหมด 33 แห่งด้วยกัน
เรานับว่าแม่น้ำฮันเป็นสัญลักษณ์ของกรุงโซล ดังนั้นเราจึงเรียก
การเติบโตทางเศรษฐกิจอย่างรวดเร็วหลังสงครามเกาหลีว่า
"ปาฏิหาริย์แห่งแม่น้ำฮัน" นั่นเอง
สวนสาธารณะ 한강시민공원 เป็นสถานที่พักผ่อนหย่อนใจของชาวเมือง อีกทั้งยังเป็น
ทั้งสถานที่ออกกำลังกายหรือเดินเล่น ซึ่งบางครั้งก็มีการแสดงดนตรี ดอกไม้ไฟ
และตลาดนัดกลางคืนอีกด้วย

▶▶ 추가하면 좋을 문장
한강은 서울 시민의 식수와 생활용수로 쓰이는 중요한 물이다.

▷▷ 응용
서울의 명소, 한국의 경제성장

กว้าง 넓다	สะพาน 다리, 교량	อย่างรวดเร็ว 빠르게
การเติบโตทางเศรษฐกิจ 경제적 성장		พักผ่อนหย่อนใจ 휴식하다

43. N 서울타워

남산 N서울타워는 서울 남산에 위치한 전망대이다. 1975년에 완공했고 타워의 높이는 약 240미터이다. 처음에는 라디오와 TV 방송 시그널을 송출하는 타워였으나 지금은 서울의 유명 관광지가 되었다. 타워의 최상층에 서울 전역을 볼 수 있는 전망대와 회전식 레스토랑이 있다. 셔틀버스와 케이블카를 이용하여 방문할 수 있다.

N 서울타워 เป็นหอคอยสูงที่ตั้งอยู่ในภูเขานัมซานในกรุงโซล

สร้างขึ้นในปี ค.ศ. 1975 มีความสูงประมาณ 240 เมตร

โดยในตอนแรก N 서울타워 เป็นหอคอยที่ใช้สำหรับส่งสัญญาณวิทยุ

และสัญญาณออกอากาศ

แต่ในปัจจุบันนี้ N 서울타워 ได้กลายเป็นสถานที่ท่องเที่ยวที่มีชื่อเสียงมากในกรุงโซล

ด้านบนของ N 서울타워 นั้นมีจุดชมวิวที่สามารถมองเห็นวิวได้ทั่วทั้งกรุงโซล

อีกทั้งยังมีร้านอาหารที่หมุนได้ 360 องศาอีกด้วย

เราสามารถไปชม N 서울타워 ได้โดยรถบัสรับส่ง หรือนั่งรถกระเช้า 케이블카 ไปนั่นเอง

▶▶ 추가하면 좋을 문장
밤에는 미세먼지 수치에 따라 타워의 조명 색이 달라진다. 공기가 좋은 날은 파란색, 나쁜 날은 빨간색이다.

▷▷ 응용
서울 나이트투어 추천, 한양도성

หอคอย 타워	ความสูง 높이	จุดชมวิว 전망대
ส่งสัญญาณ 신호를 송출하다		รถกระเช้า 케이블카

44. 롯데월드타워

2016년에 완공한 롯데월드타워는 한국에서 가장 높은 빌딩이다.

123층에 555미터 높이이며 세계에서 5번째로 높은 건물이다. (2021년 기준)

빌딩 안에는 5성급 호텔과 레지던스, 오피스, 레스토랑, 쇼핑몰 등이 있으며 타워 최상층에는 전망대가 있다. 날씨가 좋은 날에는 전망대에서 인천까지 조망이 가능하다.

타워 주변에 롯데월드와 롯데몰, 석촌호수 등도 유명한 관광지이다.

Lotte World Tower เป็นอาคารที่สูงที่สุดในเกาหลี สร้างขึ้นในปี ค.ศ. 2016

มีทั้งหมด 123 ชั้น มีความสูง 555 เมตร นับว่าเป็นตึกที่สูงเป็นอันดับที่ 5 ของโลก

ภายในอาคารมีทั้งโรงแรม 5 ดาว คอนโด ออฟฟิศ ร้านอาหาร ห้างสรรพสินค้า

รวมถึงจุดชมวิวด้านบนอีกด้วย

ซึ่งในวันที่อากาศแจ่มใส จากตึก Lotte World Tower เราสามารถ

มองเห็นวิวได้ไกลไปถึง 인천 นั่นเอง

สถานที่ท่องเที่ยวที่มีชื่อเสียงในบริเวณใกล้เคียงนั้น ได้แก่ Lotte World Lotte Mall

ทะเลสาบ 석촌 เป็นต้น

▶▶ 추가하면 좋을 문장
건물의 디자인은 한국의 전통 붓과 고려청자를 형상화한 것이다.

▷▷ 응용
비가 오거나 날씨가 좋지 않을 때 관광지 추천
서울의 세계적 명소

อันดับที่ 5 5번째	ห้างสรรพสินค้า 백화점	อากาศแจ่มใส 맑은 날씨
บริเวณ 부근, 주변	ใกล้เคียง 가깝다	

45. 북촌한옥마을과 남산골한옥마을

북촌한옥마을은 경복궁과 창덕궁 사이에 있는 전통마을이다. 조선시대에는 왕족과 높은 관직의 관리들이 살았다. 지금도 많은 한옥이 남아있으며 주민들이 거주하고 있다. 그래서 우리는 북촌한옥마을 내에서 조용히 관람해야 하며 주민의 사생활을 존중해야 한다.

남산골한옥마을은 남산 밑에 있는 한옥마을이다. 조선시대 지어진 다섯채의 한옥을 옮겨 놓은 관광지이다. 조선시대 한옥과 전통놀이를 체험할 수 있다. 남산골한옥마을은 실제로 사람이 살지 않는다.

หมู่บ้าน 북촌한옥 เป็นหมู่บ้านพื้นเมืองเกาหลีที่ตั้งอยู่ระหว่างพระราชวัง 경복궁

กับพระราชวัง 창덕궁 ซึ่งราชวงศ์และข้าราชการระดับสูงในสมัยราชวงศ์โชซอนนั้น

จะอาศัยอยู่ที่หมู่บ้าน 북촌한옥 นั่นเอง ในปัจจุบัน ที่หมู่บ้าน 북촌한옥

เราก็ยังคงพบเห็นบ้านพื้นเมืองเกาหลีอยู่ไม่น้อย

อีกทั้งก็ยังคงมีผู้คนอาศัยอยู่จริงในหมู่บ้านแห่งนี้

ดังนั้นเราจึงไม่ควรส่งเสียงดังเวลาไปเยี่ยมชมหมู่บ้าน 북촌한옥

เพื่อเป็นการเคารพความเป็นส่วนตัวของผู้อยู่อาศัยแถวนั้นนั่นเอง

ส่วนหมู่บ้าน 남산골한옥 นั้นเป็นหมู่บ้านพื้นเมืองเกาหลีที่ตั้งอยู่ทางทิศใต้ของภูเขา 남산

หมู่บ้าน 남산골한옥 เป็นสถานที่ท่องเที่ยวที่มีชื่อเสียง

เนื่องจากเป็นศูนย์รวมบ้านพื้นเมือง 5 หลังที่สร้างขึ้นในสมัยราชวงศ์โชซอน

ที่หมู่บ้าน 남산골한옥 นั้นเราสามารถสัมผัสกับบรรยากาศบ้านพื้นเมืองเกาหลี

และเพลิดเพลินไปกับการละเล่นพื้นบ้านต่างๆได้

โดยปัจจุบันที่หมู่บ้าน 남산골한옥 นั้นไม่มีผู้คนอาศัยอยู่จริงนั่นเอง

▶▶ 추가하면 좋을 문장

지금은 많은 외국인 관광객들이 한복을 입고 한옥마을에서 사진을 찍기 위해 방문한다.

남산골한옥마을의 입장료는 무료이며 1994년 서울시에서 만든 타임캡슐이 있다.

▷▷ 응용

안동하회마을, 전주한옥마을, 서촌한옥마을, 한국민속촌, 오버투어리즘

ระหว่าง 사이, 중간	ข้าราชการระดับสูง 고위관리	ยังคง 여전히
ส่งเสียงดัง 시끄럽게 하다	บรรยากาศ 분위기	

46. 한국민속촌

한국민속촌은 경기도 용인에 위치한 유명한 관광지다. 1974년에 개장했으며 마을에는 다양한 조선시대 전통한옥과 박물관이 있다. 한국민속촌은 한국 역사 드라마 촬영지로 유명하며 관광객은 매일 농악, 전통 결혼식, 줄타기 공연 등을 볼 수 있다. 조선시대 전통문화에 관심 있는 관광객이 주로 방문한다.

หมู่บ้านพื้นเมืองเกาหลี 한국민속촌 เป็นสถานที่ท่องเที่ยวที่มีชื่อเสียงในจังหวัด 용인 ภูมิภาค 경기도 ของเกาหลี

한국민속촌 เปิดให้บริการมาตั้งแต่ปี ค.ศ.1974

ภายในมีบ้านพื้นเมืองเกาหลีในสมัยราชวงศ์โชซอนและพิพิธภัณฑ์มากมาย

โดยหมู่บ้านแห่งนี้ใช้เป็นสถานที่ถ่ายทำละครประวัติศาสตร์ของเกาหลีหลายเรื่อง

อีกทั้งนักท่องเที่ยวยังสามารถชมการแสดง 농악 พิธีแต่งงานแบบดั้งเดิม

การแสดงไต่เชือก 줄타기 ฯลฯ ได้ทุกวันที่หมู่บ้านแห่งนี้อีกด้วย

นักท่องเที่ยวที่สนใจในวัฒนธรรมพื้นบ้านของเกาหลีในสมัยราชวงศ์โชซอน

มักมาเยี่ยมชมหมู่บ้านแห่งนี้นั่นเอง

▶▶ 추가하면 좋을 문장

요즘은 많은 외국인 관광객이 한복을 입고 한국민속촌에서 사진을 찍는다.

▷▷ 응용

한옥, 영상관광, 유네스코 무형문화유산, 남산골한옥마을

เปิดให้บริการ 개장하다   ถ่ายทำละคร 영화를 촬영하다   สนใจ 관심을 갖다

สถานที่ท่องเที่ยวที่มีชื่อเสียง 유명한 관광지   การแสดงไต่เชือก 줄타기

47. 전주한옥마을

전주 한옥마을은 전라북도 전주시에 있는 전통마을이다. 약 700여 채의 한옥이 있으며 많은 유적지와 전통문화가 남아있다. 대표적인 관광지는 조선의 첫 번째 왕 태조 이성계의 어진이 있는 경기전, 전동 성당, 전통술 박물관, 전통부채 박물관 등이 있다. 최근에는 많은 관광객이 한복을 입고 한옥마을에서 사진을 찍는다. 전주 한옥마을은 한국의 슬로시티 중 하나이다.

หมู่บ้าน 전주한옥 เป็นหมู่บ้านพื้นเมืองเกาหลีที่ตั้งอยู่ในจังหวัด 전주 ภูมิภาค เราบุคโด ที่หมู่บ้าน 전주한옥 นั้นมีบ้านเกาหลีโบราณกว่า 700 หลังและยังมีสถานที่ทาง ประวัติศาสตร์และวัฒนธรรมดั้งเดิมต่างๆหลงเหลืออยู่อีกมากมาย สถานที่ท่องเที่ยวที่เป็นที่นิยมในหมู่บ้าน 전주한옥 นั้น ได้แก่ อาคาร 경기전 ที่มีภาพวาดของพระเจ้า 태조 이성계 กษัตริย์พระองค์แรกแห่งราชวงศ์ 조선, โบสถ์คาทอลิก 전동성당, พิพิธภัณฑ์สุรา และพิพิธภัณฑ์พัดเกาหลีพื้นบ้าน เป็นต้น ปัจจุบันนักท่องเที่ยวจำนวนมากมักสวมชุดฮันบกซึ่งเป็นชุดประจำชาติของเกาหลี มาเยี่ยมชมและถ่ายรูปในหมู่บ้าน 전주한옥 โดยหมู่บ้าน 전주한옥 นั้นนับเป็นเมืองหนึ่งใน Slow City ของประเทศเกาหลีนั่นเอง

▶▶ 추가하면 좋을 문장
관광객은 한옥호텔에 머무르며 한국문화를 체험할 수 있다.

▷▷ 응용
슬로시티, 북촌한옥마을, 안동하회마을, 한옥, 외국인의 전통문화체험 추천

โบราณ 옛날, 고대　　　ภาพวาดของพระเจ้า태조 태조임금의 어진　　　โบสถ์คาทอลิก 성당
พิพิธภัณฑ์สุรา 술 박물관　　　พิพิธภัณฑ์พัดเกาหลีพื้นบ้าน 전통부채 박물관

48. 한국의 온천

온천은 한국의 천연 관광자원이다. 온천수에는 미네랄이 많아 피부건강과 피로회복에 좋다. 한국의 유명한 온천은 충청남도에 있는 아산, 유성, 온양온천, 충청북도 수안보온천, 울진에 있는 덕구, 백암온천 등이 있다.

특히 온양온천은 조선시대 세조, 세종대왕 등 많은 왕들이 병을 치료하기 위해 방문했다.

บ่อน้ำพุร้อนเป็นทรัพยากรทางธรรมชาติทางการท่องเที่ยวของเกาหลี
ซึ่งน้ำพุร้อนนั้นอุดมไปด้วยแร่ธาตุมากมาย จึงดีต่อสุขภาพผิว
อีกทั้งยังช่วยทำให้สดชื่น ลดอาการอ่อนเพลียอีกด้วย
ในเกาหลีมีบ่อน้ำพุร้อนที่มีชื่อเสียงหลายแห่ง เช่น บ่อน้ำพุร้อน 아산 유성 온양
ในภูมิภาค 충청남도 บ่อน้ำพุร้อน 수안보 ในภูมิภาค 충청북도 และบ่อน้ำพุร้อน 덕구 백암
ในจังหวัด 울진 เป็นต้น
โดยเฉพาะอย่างยิ่ง บ่อน้ำพุร้อน 온양 นั้นมีชื่อเสียงมาก เพราะในสมัยราชวงศ์โชซอน
พระเจ้า 세조 กับ พระเจ้า 세종
เคยได้ไปเยือนบ่อน้ำพุร้อนแห่งนี้เพื่อรักษาโรคของพวกท่านอีกด้วย

▶▶ 추가하면 좋을 문장

한국에서 가장 뜨거운 온천은 경남 창녕에 있는 부곡온천이다.

▷▷ 응용

웰니스 관광, 한국의 겨울 관광지 추천

บ่อน้ำพุร้อน 온천　　อุดม 풍부하다　　แร่ธาตุ 미네랄
สดชื่น 상쾌하다　　ลดอาการอ่อนเพลีย 피로를 회복하다

49. 스키관광

한국은 뚜렷한 사계절이 있어 많은 관광객이 다양한 계절을 즐기기 위해 방문한다. 특히 동남아시아는 겨울이 없기 때문에 동남아시아 관광객은 겨울에 스키, 스케이팅, 스노보드와 같은 겨울 스포츠를 즐기기 위해 한국에 방문한다. 한국에는 다양한 편의 시설을 갖춘 약 17개의 스키장이 있으며 대부분 강원도에 있다. 한국의 유명한 스키장은 알펜시아, 엘리시안, 비발디파크, 하이원, 베어스타운, 휘닉스파크 등이 있다.

ประเทศเกาหลีเป็นประเทศที่มีสี่ฤดูกาลที่แตกต่างกันอย่างชัดเจน
นักท่องเที่ยวจำนวนมากจึงมาประเทศเกาหลีเพื่อสัมผัสกับฤดูกาลต่างๆ
โดยเฉพาะอย่างยิ่ง ประเทศแถบเอเชียตะวันออกเฉียงใต้ที่ไม่มีฤดูหนาว
นักท่องเที่ยวจากประเทศแถบนี้จึงมักมาเที่ยวที่เกาหลีเพื่อเพลิดเพลินกับ
กีฬาฤดูหนาว เช่น สกี สเก็ต สโนว์บอร์ด เป็นต้น
ที่ประเทศเกาหลีมีสกีรีสอร์ทที่มีสิ่งอำนวยความสะดวกมากมายประมาณ 17 แห่ง
ซึ่งส่วนใหญ่อยู่ใน 강원도
สกีรีสอร์ทที่มีชื่อเสียงในเกาหลี ได้แก่ 알펜시아 엘리시안 비발디파크 하이원 베어스타운 휘닉스평창 เป็นต้น

▶▶ 추가하면 좋을 문장

한국은 국토의 70%가 산이고 겨울에는 매우 춥기 때문에 스키장이 발달하기에 좋은 조건을 가지고 있다. 2018년 강원도에서 평창 동계올림픽에 열렸다.

▷▷ 응용

한국관광의 특징, 한국의 사계절, 외국인의 한국체험 추천, 겨울 관광지 추천, 평창올림픽

แตกต่างกันอย่างชัดเจน 뚜렷하게 다르다　　แถบเอเชียตะวันออกเฉียงใต้ 동남아시아
สิ่งอำนวยความสะดวก 편의시설　　สกีรีสอร์ท 스키 리조트

50. 한국의 국립공원 〈2021 면접기출〉

한국은 아름다운 산과 바다가 있어 관광하기 좋은 나라이다. 한국은 삼면이 바다에 접해 있고 3,000여 개가 넘는 섬이 있으며 국토의 70%가 산이다. 그 중에서 자연경관이 우수하고 희귀한 동식물의 서식지인 산과 바다를 국립공원으로 지정했다. 1967년 지리산이 최초로 국립공원에 지정된 것을 시작으로 현재 한국에는 총 22개의 국립공원이 있다.

17곳은 산악형 국립공원으로 지리산, 설악산, 오대산, 소백산, 치악산 등이 있다.

1곳은 사적형 국립공원으로 경주에 있으며, 4곳는 해상형 국립공원으로 다도해해상, 한려해상, 태안해안, 변산반도가 있다.

ประเทศเกาหลีเป็นประเทศที่เหมาะแก่การท่องเที่ยว

เพราะมีภูเขาและทะเลที่สวยงามมากมาย

ประเทศเกาหลีมีชายฝั่งสามด้านติดทะเล มีเกาะมากกว่า 3,000 เกาะ อีกทั้ง 70%

ของพื้นดินยังเป็นภูเขาอีกด้วย

โดยในบรรดาแหล่งธรรมชาติเหล่านี้ ภูเขาและทะเลที่มีวิวธรรมชาติที่ยอดเยี่ยม

และเป็นที่อยู่อาศัยของสัตว์และพืชหายากนานาชนิดจะได้รับการกำหนดให้เป็น

อุทยานแห่งชาตินั่นเอง

ซึ่งภูเขา 지리산 ได้รับการขึ้นทะเบียนให้เป็นอุทยานแห่งชาติแห่งแรกในปี ค.ศ.1967

ในปัจจุบัน ประเทศเกาหลีมีอุทยานแห่งชาติทั้งหมด 22 แห่งด้วยกัน

โดยอุทยานแห่งชาติ 17 แห่งนั้นเป็นภูเขา เช่น อุทยานแห่งชาติ 지리산 설악산 오대산

소백산 치악산 เป็นต้น นอกจากนี้ยังมีอุทยานแห่งชาติ 1 แห่งที่เป็นโบราณสถาน

อยู่ในเมือง 경주

และอีก 4 แห่งที่เป็นอุทยานแห่งชาติทางทะเล ได้แก่ 다도해해상 한려해상 태안해안

변산반도 นั่นเอง

▶▶ 추가하면 좋을 문장

마지막으로 지정된 국립공원은 태백산이며 2016년에 지정되었다.

▷▷ 응용

한국 관광의 특징, 에코투어리즘

เหมาะแก่การ ~하기에 적합하다/알맞다   พื้นดิน 토지   วิวธรรมชาติ 자연경관

ยอดเยี่ยม 탁월하다   อุทยานแห่งชาติ 국립공원

51. 독도

독도는 450만 년 전에 생겨난 작은 화산섬으로, 울릉도에서 약 90km 떨어져 있고 대한민국의 가장 동쪽에 있는 섬이다. 독도는 동도와 서도, 그리고 89개 작은 섬들로 이루어져 있다.

지리적인 중요함과 천연자원 때문에 일본은 독도가 일본 영토라고 주장하지만 우리는 독도가 한국영토라는 많은 역사적 증거를 가지고 있다. 그 예로, 6세기 신라시대 이사부 장군이 독도를 점령했으며 15세기 조선시대 세종실록지리지에는 독도는 조선의 땅으로 기록되어 있다.

현재는 독도에 약 30여 명의 거주민이 있다.

เกาะ 독도 เป็นเกาะภูเขาไฟขนาดเล็กที่เกิดขึ้นเมื่อ 4.5 ล้านปีก่อน ซึ่งเกาะ 독도

ห่างจากเกาะ 울릉도 ประมาณ 90 กิโลเมตร

และเป็นเกาะที่อยู่ทางทิศตะวันออกสุดของเกาหลี

เกาะ 독도 ประกอบด้วย เกาะ 동도 เกาะ 서도 และเกาะเล็กๆอีก 89 เกาะด้วยกัน

ญี่ปุ่นยืนกรานว่าเกาะ 독도 เป็นดินแดนของญี่ปุ่น เนื่องจากเห็นว่าเกาะ 독도

มีความสำคัญทางภูมิศาสตร์และมีทรัพยากรธรรมชาตินานาชนิด

แต่เกาหลีมีหลักฐานทางประวัติศาสตร์มากมายว่าเกาะ 독도 เป็นดินแดนของเกาหลี

เช่นในศตวรรษที่ 6 นายพล 이사부 ในสมัยราชวงศ์ 신라 ได้ครอบครองเกาะ 독도

ในศตวรรษที่ 15 ตามหนังสือทางภูมิศาสตร์ 세종실록지리지 ได้กล่าวว่าเกาะ 독도

เป็นดินแดนของโชซอน โดยในปัจจุบันที่เกาะ 독도 มีผู้อาศัยอยู่

เพียง 30 คนโดยประมาณ

▶▶ 추가하면 좋을 문장

17세기 안용복이 일본으로 건너가 독도는 조선의 땅임을 주장했다.

일본의 근대 지도와 책에도 독도는 한국의 땅이라는 기록이 많이 남아있다.

▷▷ 응용

관광객이 외교, 정치와 같은 민감한 질문을 했을 때 가이드로서 어떻게 대답하겠는가?

4.5 ล้านปีก่อน 450만년 전	ห่าง 떨어져있다	ยืนกราน 고집하다, 우기다
หลักฐานทางประวัติศาสตร์ 역사적 증거		ครอบครอง 지배하다

52. DMZ

DMZ는 Demilitarized zone이며 뜻은 비무장지대이다. DMZ는 한국전쟁 이후 만들어진, 남한과 북한의 이념을 상징하는 지역이다. DMZ는 군사분계선(Military Demarcation Line)의 주변 지역이며 MDL에서 남쪽과 북쪽으로 2km에 이르는 지역을 포함한다. DMZ의 길이는 약 241km이며, 안으로 허가 없이 들어가거나 무기를 소지할 수 없다.
오늘날 DMZ는 평화와 긴장이 공존하는 장소이며 유명한 다크투어리즘 관광지디다.
특히, 파주와 철원 DMZ 지역은 땅굴, 전망대 등을 둘러보는 관광코스가 있다. 한국전쟁과 북한에 관심있는 관광객이 주로 방문한다.

DMZ ย่อมาจาก Demilitarized zone หรือ เขตปลอดทหาร
สร้างขึ้นหลังสงครามเกาหลี โดยเป็นสัญลักษณ์ทางอุดมการณ์
ของเกาหลีเหนือและเกาหลีใต้
DMZ เป็นพื้นที่โดยรอบเส้นแบ่งเขตทหาร โดยพื้นที่ที่อยู่ห่างจาก MDL ไป 2 กิโลเมตร
ทั้งทางเหนือและทางใต้นั้นเรียกว่า DMZ นั่นเอง
ซึ่ง DMZ มีความยาวประมาณ 241 กิโลเมตร
และไม่สามารถเข้าไปได้หากไม่ได้รับอนุญาต หรือพกอาวุธเข้าไปนั่นเอง
ในปัจจุบัน DMZ เป็นสถานที่ที่แสดงถึงความสงบ
แต่ในทางตรงกันข้ามก็ยังเป็นสถานที่แห่งความตึงเครียดด้วยเช่นกัน
นอกจากนี้ DMZ ยังเป็นสถานที่ท่องเที่ยว Dark Tourism ที่มีชื่อเสียง
ของเกาหลีอีกด้วย
โดยเฉพาะอย่างยิ่งในพื้นที่ DMZ ที่ 파주 และ 철원 นั้น
มีโปรแกรมการท่องเที่ยวที่จัดให้เยี่ยมชม อุโมงค์ใต้ดิน จุดชมวิว ฯลฯ อีกด้วย
นักท่องเที่ยวที่สนใจเกี่ยวกับสงครามระหว่างเกาหลีใต้และเกาหลีเหนือ
มักจะไปเยี่ยมชม DMZ นั่นเอง

▶▶ 추가하면 좋을 문장

DMZ 지역은 자연이 잘 보존되어 있어 많은 동물과 식물이 자생한다.

▷▷ 응용

한국전쟁, 판문점, 다크투어리즘, 한국 관광의 특징, PLZ

เขตปลอดทหาร 비무장 지대   พกอาวุธ 무장하다   อนุญาต 허가하다

ตึงเครียด 긴장하다   อุโมงค์ใต้ดิน 지하 갱도

53. 판문점

판문점은 DMZ 내 위치한 특별구역으로 1953년 한국전쟁 당시 휴전협정이 이루어진 곳이다. 우리는 판문점이 있는 지역을 JSA(Joint Security Area) 공동경비구역이라고 부르며 UN이 공동관리 하고 있다. 현재 판문점은 남한과 북한이 회담하는 장소로 쓰이고 있으며, 2018년 판문점에서 남북평화회담이 열렸었다. 판문점은 평화와 긴장이 공존하는 곳이며 유명한 다크투어리즘 관광지다. 한국전쟁과 북한에 관심 있는 관광객이 주로 방문한다.

판문점 เป็นสถานที่พิเศษใน DMZ เนื่องจาก판문점 เป็นสถานที่ที่ใช้ลงนาม
ในข้อตกลงสงครามสงบศึกในปี ค.ศ.1953
เราเรียกสถานที่แห่งนี้ว่า JSA ย่อมาจาก Joint Security Area ซึ่ง JSA
ได้รับการดูแลโดย UN นั่นเอง
ปัจจุบัน 판문점 ถูกใช้เป็นสถานที่ประชุมระหว่างเกาหลีเหนือกับเกาหลีใต้
ซึ่งได้มีการเจรจาสันติภาพระหว่างเกาหลีเหนือกับเกาหลีใต้ในปี 2018 ที่ผ่านมา
ในปัจจุบัน 판문점 เป็นสถานที่ที่แสดงถึงความสงบ
แต่ในทางตรงกันข้ามก็ยังเป็นสถานที่แห่งความตึงเครียดด้วยเช่นกัน
นอกจากนี้ 판문점 ยังเป็นสถานที่ท่องเที่ยว Dark Tourism ที่มีชื่อเสียงอีกด้วย
นักท่องเที่ยวที่สนใจเกี่ยวกับสงครามระหว่างเกาหลีใต้และเกาหลีเหนือมักจะไปเยี่ยม
ชม 판문점 นั่นเอง

▶▶ 추가하면 좋을 문장
판문점은 한국전쟁 이후 만들어진, 남한과 북한의 이념을 상징하는 지역이다.

▷▷ 응용
DMZ, 한국전쟁, 다크투어리즘

| ข้อตกลงสงครามสงบศึก 휴전협정 | ประชุม 회의하다 | ตรงกันข้าม 상반되다 |
| การเจรจาสันติภาพ 평화회담 | ความสงบ 평화 | |

54. 한국전쟁

1950년 6월 25일 아침, 북한군이 38선을 넘어 남한을 침공하였고 한국전쟁이 시작되었다. 북한군은 3일 만에 수도 서울을 함락하고, 3개월 만에 부산을 제외한 남한의 대부분을 점령하였다 그 후 태국, 미국, 프랑스, 터키를 비롯한 16개국이 한국전쟁에 참전하였고, 맥아더 사령관의 인천상륙 작전의 성공으로 서울을 되찾았다. 전쟁은 3년 동안 계속되었고 약 이백만 명의 사람들이 죽거나 다쳤다. 남과 북은 1953년 판문점에서 휴전협정을 맺었다.

เช้าวันที่ 25 มิถุนายนในปี ค.ศ. 1950

กองกำลังจากเกาหลีเหนือได้ข้ามแดนเส้นขนานที่ 38 และบุกเข้ามาในเกาหลีใต้

เรานับว่าสงครามเกาหลีได้เริ่มขึ้นตั้งแต่ตอนนั้น

กรุงโซลถูกเกาหลีเหนือยึดครองภายใน 3 วัน

และส่วนอื่นๆเกือบทุกภูมิภาคของเกาหลีใต้ยกเว้น 부산 ก็ถูกยึดครองภายใน 3 เดือนต่อมา

หลังจากนั้น ประเทศไทย สหรัฐอเมริกา ฝรั่งเศส ตุรกี และประเทศอื่นๆ รวมทั้งสิ้น 16 ประเทศก็ได้เข้าร่วมในสงครามครั้งนี้ด้วย

ผู้บัญชาการทหารสูงสุด Douglas MacArthur ได้สั่งยกพลขึ้นบกที่ 인천

และสามารถยึดกรุงโซลกลับคืนมาได้

สงครามเกาหลีใช้เวลาถึงสามปี มีผู้เสียชีวิตและบาดเจ็บเป็นจำนวนมาก

รวมทั้งหมดประมาณสองล้านคน

อย่างไรก็ตาม ต่อมาในปี ค.ศ.1953 ได้มีการลงนามสัญญาสงบศึกกันที่ 판문점

▶▶ 추가하면 좋을 문장

한국전쟁에 관심이 있는 관광객에게 용산 전쟁기념관 또는 파주 DMZ 관광을 추천하겠습니다.

▷▷ 응용

DMZ, 안보관광, 한국의 다크투어리즘 관광지, 통일이 한국에 미치는 영향

กองกำลัง 군인	แดนเส้นขนานที่ 38 38선	ยึดครอง 점령하다
ยกเว้น 제외하다	สหรัฐอเมริกา 미국	ยกพลขึ้นบก 상륙작전
การลงนาม 서명	ผู้บัญชาการทหารสูงสุด 군최고사령관	

55. 한국의 경제

한국전쟁 이후 한국은 세계에서 가장 가난한 나라였다. 하지만 1960부터 1990년까지 빠른 경제성장을 이루었고 우리는 이것을 〈한강의 기적〉이라고 부른다.

IMF, 금융위기와 같은 경제 위기에도 불구하고, 현재 한국은 아시아 4위, 세계 11위로 성장한 경제국가이다. 현재는 여러 개발도상국의 표본이 되었다. 한국의 주요 경제사업은 중공업에서 IT, 4차 산업으로 발전하고 있다.

หลังสงครามเกาหลี ประเทศเกาหลีกลายเป็นประเทศที่ยากจนที่สุดในโลก

แต่ประเทศเกาหลีนั้นก็พัฒนาเศรษฐกิจอย่างรวดเร็วในช่วงปี ค.ศ.1960 ถึง 1990

ซึ่งเราเรียกสิ่งนี้ว่า ปาฏิหาริย์แห่งแม่น้ำฮัน นั่นเอง

แม้จะมีวิกฤตเศรษฐกิจเกิดขึ้นหลายครั้ง ไม่ว่าจะเป็น IMF หรือ วิกฤติทางการเงิน

แต่ปัจจุบันเกาหลีก็ยังเป็นประเทศที่มีเศรษฐกิจรุ่งเรืองเป็นอันดับที่ 4 ของทวีปเอเชีย

และอันดับที่ 10 ของโลก

ซึ่งปัจจุบันประเทศเกาหลีเป็นแบบอย่างให้ประเทศที่กำลังพัฒนาในหลายๆประเทศ

โดยธุรกิจทางเศรษฐกิจที่สำคัญของเกาหลีนั้น

กำลังพัฒนาจากอุตสาหกรรมหนักไปสู่อุตสาหกรรม IT และอุตสาหกรรม 4.0 นั่นเอง

▶▶ 추가하면 좋을 문장
1970년대 새마을운동은 민관이 협동하여 빈곤에서 벗어나는 데 큰 역할을 한 사회운동으로 관련 기록이 유네스코 세계기록유산에 등재되었다.

▷▷ 응용
대한민국, 한국전쟁, 한강, 새마을운동 기록물 (유네스코 세계기록유산)

ยากจน 가난하다	ปาฏิหาริย์ 기적	วิกฤติทางการเงิน 금융위기
ทวีปเอเชีย 아시아대륙	ประเทศที่กำลังพัฒนา 개발도상국	ธุรกิจ 사업

56. 한국의 돈

한국의 지폐는 4종이 있으며 1,000원, 5,000원, 10,000원, 50,000원권이다.

천 원권 지폐는 파란색이며 조선의 유학자 퇴계 이황의 초상이 있다.

오천 원권 지폐는 갈색이며 조선의 유학자 율곡 이이의 초상이 있다.

만 원권 지폐는 초록색이며 세종대왕의 모습을 볼 수 있다. 세종대왕은 한글을 창제한 조선의 4번째 왕이다.

오만 원권 지폐는 노란색이며 신사임당의 얼굴이 있다. 신사임당은 율곡 이이의 어머니이자 한국 어머니의 상징이다.

เงินเกาหลีประกอบด้วยธนบัตร(แบงค์) 4 ประเภท

โดยธนบัตร 4 ประเภทนั้น ประกอบไปด้วย แบงค์ 1,000 วอน แบงค์ 5,000 วอน

แบงค์ 10,000 วอน และ แบงค์ 50,000 วอน

แบงค์ 1,000 วอนเป็นแบงค์สีฟ้า บนแบงค์มีภาพวาดใบหน้าของ 퇴계 이황

ซึ่งเป็นนักปราชญ์ขงจื๊อในสมัยราชวงศ์โชซอน

แบงค์ 5,000 วอนเป็นแบงค์สีน้ำตาล บนแบงค์มีภาพวาดใบหน้าของ 율곡 이이

นักปราชญ์ขงจื๊อในสมัยราชวงศ์โชซอนอยู่

แบงค์ 10,000 วอนเป็นแบงค์สีเขียว บนแบงค์มีภาพวาดใบหน้าของพระเจ้า 세종

กษัตริย์องค์ที่ 4 แห่งราชวงศ์โชซอน ซึ่งเป็นผู้ที่ประดิษฐ์อักษร 한글 ขึ้น

แบงค์ 50,000 วอนเป็นแบงค์สีเหลือง บนแบงค์มีภาพวาดใบหน้าของ 신사임당

ซึ่งเป็นแม่ของ 율곡 이이 คนเกาหลีนับว่า 신사임당 นั้นเป็นสัญลักษณ์ของแม่

แห่งชาตินั่นเอง

▶▶ 추가하면 좋을 문장

동전은 10원, 100원, 500원이 있고 10원에는 경주 다보탑, 100원에는 이순신 장군, 500원에는 학이 있다.

▷▷ 응용

존경하는 한국의 위인, 세종대왕, 서원, 한국의 유교

ธนบัตร(แบงค์) 지폐	ประเภท 종류	ภาพวาดใบหน้า 초상화
สีน้ำตาล 갈색	สีเขียว 초록색	สีเหลือง 노란색

57. 한국의 길거리 음식

한국의 길거리 음식은 외국인이 좋아하는 한국의 음식문화이다.

길거리 음식은 떡볶이, 순대, 김밥 등 다양한 종류가 있고 어린이부터 어른까지 모두 좋아한다.

떡볶이는 물에 떡과 어묵, 고추장, 설탕을 함께 끓인 매운 음식이며 한국인의 소울푸드이다.

순대는 돼지의 내장에 당면과 야채를 넣고 쪄서 만든 한국식 소시지다.

김밥은 큰 김에 밥과 야채, 햄, 계란부침을 올리고 말아서 만든 음식이다. 보통 소풍 갈 때 김밥을 많이 가져간다.

อาหารข้างทางของเกาหลีเป็นวัฒนธรรมอาหารเกาหลีที่ชาวต่างชาติชื่นชอบกันมาก

ซึ่งอาหารข้างทางเกาหลีนั้นมีอาหารหลายชนิด ไม่ว่าจะเป็น 떡볶이 순대 김밥 ฯลฯ

ทั้งเด็กทั้งผู้ใหญ่ต่างชื่นชอบอาหารข้างทางด้วยกันทั้งนั้น

ตัวอย่างอาหารข้างทาง เช่น

떡볶이 เป็นอาหารรสเผ็ดที่ต้มในน้ำกับ 떡 หรือเค้กข้าว ลูกชิ้นปลา ซอสพริกแดง

กับน้ำตาล ซึ่ง 떡볶이 นับว่าเป็นอาหารแห่งจิตวิญญาณของชาวเกาหลีนั่นเอง

순대 เป็นไส้กรอกนึ่งเกาหลีที่ใส่ไส้หมู วุ้นเส้น แล้วก็ผัก

นอกจากนี้ยังมี 김밥 เป็นอาหารที่ทำจากข้าว ผัก แฮม ไข่

ม้วนรวมกันอยู่ในสาหร่ายขนาดใหญ่ ซึ่งคนเกาหลีนิยมกิน 김밥

กันตอนไปปิกนิกนั่นเอง

▶▶ 추가하면 좋을 문장

길거리 음식은 길에서 만들고 먹는 음식이기 때문에 위생이 중요하다. 관광객이 길거리 음식을 먹은 후 쓰레기를 길에 버리지 말도록 주의를 주어야 한다.

▷▷ 응용

외국인에게 한국음식 추천, 명동, 나이트투어

ชื่นชอบ 좋아하다	ทั้งเด็กทั้งผู้ใหญ่ 어른아이 모두	ไส้กรอก 소시지
อาหารแห่งจิตวิญญาณ 소울푸드	ม้วน 둥글게 말다	

58. 부산

부산은 한반도 남동쪽에 위치한 대한민국에서 두 번째로 큰 도시이다.
일본과 오랜 무역으로 도시가 크게 발전하였고 지금은 유명한 국제항만도시가 되었다.
해운대, 광안리, 송정해변이 유명하고 전통시장인 자갈치시장, 국제시장이 있으며
감천문화마을, 달맞이고개, 해동용궁사 등도 이름난 부산의 관광지다.
그리고 BIFF 영화축제와 국제 불꽃놀이 축제가 매년 열린다.

해운대는 부산에서 가장 유명한 관광지다. 약 1.5km의 아름다운 해변에 매년 많은 관광객이 해수욕을 즐기러 방문한다.
해동용궁사는 바다 앞에 있는 절이다. 고려시대에 창건되었으며 아름다운 바다 풍경을 볼 수 있다.
새해 첫날 일출을 보기 위해 많은 관광객이 방문한다.
감천문화마을은 부산에서 유명한 관광지이다. 한국전쟁 때 부산에 모인 피난민들이 살던 마을이었으나 지금은 건물에 여러 가지 색과 그림을 입혀 아름다운 예술마을이 되었다.
국제시장은 부산에서 가장 큰 전통시장이다. 한국 전쟁 때 부산으로 온 피난민들이 생계를 위해 시장을 만들었다. 지금은 부산에서 유명한 관광지가 되었으며 씨앗호떡, 비빔당면 등이 유명하다.

ปูซานเป็นเมืองใหญ่อันดับสองรองจากโซล
ตั้งอยู่ทางทิศตะวันออกเฉียงใต้ของเกาหลี
ปูซานมีการพัฒนาอย่างมากเนื่องจากค้าขายกับญี่ปุ่นมาเป็นเวลานาน
ซึ่งปัจจุบันปูซานได้กลายเป็นเมืองท่าที่มีชื่อเสียงระดับนานาชาติอีกด้วย
หาด 해운대, หาด 광안리 และหาด 송정 ที่เมืองปูซานมีชื่อเสียงมาก
อีกทั้งยังมีตลาดพื้นเมือง เช่น ตลาด 자갈치 และตลาด 국제시장 อีกด้วย
ปูซานยังมีหมู่บ้านวัฒนธรรม 감천문화마을, 달맞이고개 และวัด 해동용궁사
ที่เป็นสถานที่ท่องเที่ยวที่มีชื่อเสียงมากเช่นกัน
นอกจากนี้ที่ปูซานยังมีการจัดเทศกาลภาพยนตร์ BIFF
และเทศกาลดอกไม้ไฟนานาชาติขึ้นทุกปีอีกด้วย

หาด 해운대 เป็นสถานที่ท่องเที่ยวที่มีชื่อเสียงที่สุดในปูซาน
โดยหาด 해운대 เป็นชายหาดอันงดงามที่มีความยาวประมาณ 1.5 กิโลเมตร
มีนักท่องเที่ยวจำนวนมากมาเล่นน้ำที่หาด 해운대 ทุกปี

วัด 해동용궁사 เป็นวัดที่อยู่ติดทะเลในเมืองปูซาน
วัด 해동용궁사 สร้างขึ้นในสมัยราชวงศ์ 고려 เราสามารถมองเห็นวิวทะเลที่สวยงามได้
ซึ่งนักท่องเที่ยวมักมาเยี่ยมชมวัด 해동용궁사 ทุกปีเพื่อชมพระอาทิตย์ขึ้นในวันปีใหม่

หมู่บ้านวัฒนธรรม 감천문화마을 ก็เป็นอีกสถานที่ท่องเที่ยวที่มีชื่อเสียงมากในปูซาน
โดยในอดีตเป็นหมู่บ้านที่ผู้คนที่อพยพมาอยู่ปูซานในช่วงสงครามเกาหลีอาศัยอยู่
ปัจจุบันอาคารต่างๆถูกทาด้วยสีสันหลากหลาย อีกทั้งกำแพงก็ยังถูกประดับด้วย
ภาพวาดต่างๆทำให้หมู่บ้านวัฒนธรรม 감천문화마을 นี้กลายเป็นหมู่บ้านศิลปะ
ที่สวยงามนั่นเอง

ตลาด 국제시장 เป็นตลาดที่ใหญ่ที่สุดในปูซาน
ซึ่งในปัจจุบัน ตลาดแห่งนี้ได้กลายเป็นสถานที่ท่องเที่ยวที่มีชื่อเสียงมาก
และยังมีขนม 씨앗호떡 และ 비빔당면 ที่ขึ้นชื่ออีกด้วย

▶▶ 추가하면 좋을 문장
그 밖에 태종대, 자갈치 시장, UN 메모리얼파크 등도 부산의 유명한 관광지다.

▷▷ 응용
경상도 지역 관광지, 지방관광의 활성화 방안, 한국전쟁

| ค้าขาย 무역하다 | เมืองท่า 항만도시 | เทศกาลดอกไม้ไฟ 불꽃축제 |
| เล่นน้ำ 물놀이하다 | | ขึ้นชื่อ 이름나다 |

59. 한국의 축제

1. 안동국제탈춤페스티벌은 매년 9-10월 경북 안동지역에서 열리는 탈춤축제이다. 안동은 하회마을과 하회탈, 하회별신굿탈놀이로 유명하다. 안동국제탈춤페스티벌에는 많은 외국인 팀도 참가한다.

2. BIFF는 10월 부산에서 열리는 국제영화축제이다. 1996년에 시작한 BIFF는 아시아에서 유명한 축제 중 하나이다. 많은 영화배우가 참가하고 새로운 영화를 소개하는 이벤트가 열린다.

3. 보령머드축제는 매년 7월 충남 대천에서 열리는 글로벌 축제이다. 보령은 천연갯벌진흙(머드)로 유명하다. 머드레슬링, 머드슬라이딩 등 다양한 체험과 이벤트를 즐길 수 있다.

4. 화천산천어축제는 매년 1월 강원도 화천에서 열리는 축제이다. 산천어 낚시와 다양한 음식, 얼음 놀이를 즐길 수 있다.

5. 무주반딧불축제는 전라북도 무주에서 열린다. 반딧불이는 깨끗한 환경에서만 살 수 있는 곤충이다. 무주는 반딧불이 서식지로 유명하다. 어두운 밤 숲에서 반딧불 빛을 즐길 수 있다.

1. เทศกาลระบำหน้ากากนานาชาติ 안동 เป็นเทศกาลระบำหน้ากากที่จัดขึ้นในจังหวัด 안동 ภูมิภาค 경상북도 ในช่วงเดือนกันยายนถึงตุลาคม
จังหวัด 안동 นั้นมีชื่อเสียงเนื่องจากมีหมู่บ้าน 하회 หน้ากาก 하회탈 และ
การละเล่นหน้ากาก 하회별신굿탈놀이
ซึ่งในงานเทศกาลเต้นรำหน้ากากนานาชาติ 안동 นั้น
มีชาวต่างชาติจากหลายประเทศมาเข้าร่วมกันเป็นจำนวนมาก

2. เทศกาล BIFF เป็นเทศกาลภาพยนตร์ระดับนานาชาติที่จัดขึ้นทุกปีในเมืองปูซาน
ช่วงเดือนตุลาคม เทศกาลนี้เริ่มมาตั้งแต่ปี ค.ศ.1996
นับว่าเป็นเทศกาลที่มีชื่อเสียงมากในเอเชีย
โดยในเทศกาลนี้จะมีดาราภาพยนตร์จำนวนมากมาเข้าร่วม
อีกทั้งยังมีช่วงแนะนำภาพยนตร์ใหม่ๆให้เราได้รู้จักอีกด้วย

3. เทศกาลโคลน 보령 ในจังหวัด 대천 ภูมิภาค 충청남도 เป็นเทศกาลระดับโลกที่จัดขึ้นทุกเดือนกรกฎาคมของทุกปี
เทศกาล 보령 ในจังหวัด 대천 นั้นมีชื่อเสียงในเรื่องโคลน
นักท่องเที่ยวสามารถเพลิดเพลินกับกิจกรรมต่างๆมากมาย ไม่ว่าจะเป็น ต่อสู้ในโคลน สไลเดอร์โคลน เป็นต้น

4. เทศกาล 화천산천어축제 เป็นเทศกาลที่จัดขึ้นที่จังหวัด 화천 ภูมิภาค 강원도 ในเดือนมกราคมของทุกปี
โดยนักท่องเที่ยวสามารถเพลิดเพลินไปกับการตกปลา 산천어, การเล่นน้ำแข็ง รวมถึงอาหารต่างๆอีกด้วย

5. เทศกาลหิ่งห้อย 무주 จัดขึ้นที่จังหวัด 무주 ภูมิภาค 전라북도
หิงห้อยนับเป็นแมลงที่สามารถอาศัยอยู่ในสภาพแวดล้อมที่สะอาดเท่านั้น
โดยที่ 무주 นั้นขึ้นชื่อในเรื่องแหล่งที่อยู่อาศัยของหิ่งห้อยเป็นอย่างมาก
นักท่องเที่ยวจะสามารถเพลิดเพลินไปกับแสงหิ่งห้อยในป่ายามค่ำคืนได้นั่นเอง

▶▶ 추가하면 좋을 문장

연등회, 김제지평선축제, 진주남강유등축제, 서울빛초롱축제, 풍기인삼축제, 제주들불축제 등도 한국의 대표적인 축제이다.

▷▷ 응용

지방관광의 활성화, 외국인에게 추천할 한국의 체험, 부산, 안동하회마을

ดาราภาพยนตร์ 영화배우	**แนะนำ** 소개하다	**เดือนกรกฎาคม** 7월
เพลิดเพลินไปกับ ~을 즐기다	**หิ่งห้อย** 반딧불이	**แมลง** 벌레

60. 한국영화 한 편을 소개하시오

만약 관광객이 저에게 한국영화 한 편을 추천해 달라고 한다면 저는 영화〈명량〉을 추천하겠습니다.

영화〈명량〉은 1700만 명이 관람한 유명한 한국영화입니다.

영화〈명량〉은 조선시대 1592~1598 임진왜란에 일어났던 이야기입니다.

명량해전은 1597년 조선의 장군 이순신이 남해에서 단 12척의 배로 133척의 일본군을 물리친 전투입니다. 조선시대 일본은 한국을 여러 차례 침범하였고 1910~1945 동안 한국은 일본의 식민지였습니다. 영화〈명량〉은 한국과 일본의 불편한 역사를 설명하기에 좋은 영화입니다.

ถ้านักท่องเที่ยวชาวต่างชาติขอให้ฉันแนะนำภาพยนตร์เกาหลีให้ได้รู้จัก

ฉันอยากจะแนะนำภาพยนตร์เรื่อง 명량 ให้นักท่องเที่ยวได้ลองไปดู

เนื่องจากภาพยนตร์เรื่อง 명량 เป็นภาพยนตร์เกาหลีชื่อดังที่มีคนเข้าชมถึง 17 ล้านคน

โดยเป็นเรื่องราวเกี่ยวกับสงคราม 임진왜란 หรือสงครามกับญี่ปุ่นในสมัยโชซอนช่วงปี

ค.ศ. 1592-1598

โดยการรบ 명량 เป็นการต่อสู้ที่เกิดขึ้นในปี ค.ศ. 1597 โดยนายพล 이순신

ของโชซอนได้นำเรือรบเพียง 12 ลำเอาชนะเรือรบญี่ปุ่น 133 ลำได้ในทะเลใต้

ในสมัยราชวงศ์โชซอน ญี่ปุ่นได้เข้ามาบุกรุกเกาหลีหลายต่อหลายครั้ง

ซึ่งต่อมาในช่วง ค.ศ. 1910-1945 เกาหลีได้ตกเป็นอาณานิคมของญี่ปุ่น

เรื่อง 명량 นับเป็นภาพยนตร์ยอดเยี่ยมที่อธิบายถึงประวัติศาสตร์

อันน่าหดหู่ระหว่างเกาหลีกับญี่ปุ่นนั่นเอง

▶▶ 추가하면 좋을 문장

관광객이 임진왜란과 이순신에 대해 더 많은 정보를 원한다면 광화문에 있는 〈충무공이야기〉 박물관을 추천하겠습니다.

▷▷ 응용

임진왜란, 이순신, 난중일기(유네스코 세계기록유산), 전라남도 관광지

ชื่อดัง 이름 나다	การรบ 전투	เรือรบ 군함, 함선
บุกรุก 침략하다	หดหู่ 우울하다	

▶▶ 추가하면 좋을 문장 을 작문해보세요.

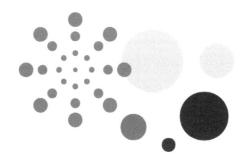

Part.5

관광산업에 대한 설명과 의견

Part. 5 는 가장 기출 빈도가 높고 미리 준비하지
않으면 말하기 쉽지 않은 내용들입니다. 예를 들어
문화 트렌드, 국제 협력관계, 질병, 국제 스포츠와
관광의 연관성, 관광의 문제점과 해결방안, 한국관
광의 특징 및 비교 등등 설명이나 의견을 요구하는
문제들입니다. 정답이 없는 문제라고 생각 할 수 있
지만 미리 연습해 두지 않으면 자칫 횡설수설할 수
있으므로 준비한 순서대로 조리 있게 말하고 예시
를 활용하는 것도 좋습니다.

1. 한국 관광의 특징에 대해 설명하시오

한국은 세계인이 여행하고 싶어하는 아시아 주요 관광 국가이다.

한국 관광의 특징은 다음과 같다.

1. 한국은 세계에서 긴 역사를 가진 나라 중 하나이다. 5,000년이 넘는 역사를 가지고 있어 궁궐, 사원, 석탑 등 역사적이고 문화적인 관광지가 많이 있다.

2. 한국은 삼면이 바다이며 3,000여 개가 넘는 섬이 있고 국토의 70%가 산이다. 그래서 아름다운 자연을 누릴 수 있는 관광지와 국립공원이 많이 있다. 또한 한국은 뚜렷한 4계절이 있어 계절마다 다른 자연의 아름다움을 누릴 수 있다.

3. 한국은 여전히 전쟁으로 인한 분단국가이다. DMZ와 판문점은 유명한 다크투어리즘 관광지 중 하나이다.

จงอธิบายลักษณะเด่นของการท่องเที่ยวเกาหลี

เกาหลีเป็นประเทศท่องเที่ยวที่สำคัญในเอเชียที่คนทั่วโลกต้องการมาเที่ยว

โดยประเทศเกาหลีมีเอกลักษณ์ที่สำคัญ ดังนี้

1. ประเทศเกาหลีเป็นหนึ่งในประเทศที่มีประวัติศาสตร์อันยาวนานที่สุดในโลก

โดยประเทศเกาหลีมีประวัติศาสตร์ยาวนานกว่า 5,000 ปีด้วยกัน

ที่ประเทศเกาหลีมีสถานที่ท่องเที่ยวทางประวัติศาสตร์และวัฒนธรรมมากมาย เช่น

พระราชวัง วัด เจดีย์ ฯลฯ

2. ประเทศเกาหลีมีชายฝั่งสามด้านติดทะเล และมีเกาะมากกว่า 3,000 เกาะ อีกทั้ง

70% ของพื้นดินยังเป็นภูเขาอีกด้วย ซึ่งประเทศเกาหลียังมีสถานที่ท่องเที่ยวธรรมชาติ

และอุทยานแห่งชาติหลายแห่งที่เราสามารถชมธรรมชาติอันงดงามได้

นอกจากนี้ ประเทศเกาหลียังมีถึงสี่ฤดูกาล

ทำให้เราได้สัมผัสกับความงามที่แตกต่างกันไปในแต่ละฤดูอีกด้วย

3. เกาหลียังคงเป็นประเทศที่ถูกแบ่งแยกอันเนื่องมาจากสงคราม

โดยสถานที่ท่องเที่ยว Dark Tourism ที่มีชื่อเสียง ได้แก่ DMZ และ 판문점 นั่นเอง

▶▶ 추가하면 좋을 문장

MICE, 의료관광은 새로운 관광산업의 한 영역이며, 최근에는 한류의 영향으로 많은 관광객이 한국의 대중문화를 즐기기 위해 방문하고 있다.

▷▷ 응용

유네스코 세계유산, 국립공원, 한국의 역사, 한류, 한국전쟁

ลักษณะเด่น 특징　　　　　สัมผัสกับความงาม 아름다움을 경험하다

แตกต่างกันไปในแต่ละฤดู 계절마다 다르다　　　ถูกแบ่งแยก 분할되다, 분리되다

2. 관광산업을 〈굴뚝 없는 산업〉이라고 부르는 이유는 무엇인가

우리는 흔히 관광산업을 〈굴뚝 없는 산업〉이라고 부른다. 관광은 외화를 벌어들이기 가장 좋은 수단이며 생산시설이 필요 없고 공해를 일으키지 않기 때문이다.

특히 교통의 발달로 관광산업은 빠르게 발전하였고, 현재는 많은 국가가 고부가가치 관광산업에 투자하고 있다. 관광산업은 수출, 의료산업 등 다른 산업의 발전에도 큰 영향을 준다.

ทำไมเราถึงเรียกอุตสาหกรรมการท่องเที่ยวว่า "อุตสาหกรรมไร้ปล่องไฟ"

เราเรียกอุตสาหกรรมการท่องเที่ยวว่า "อุตสาหกรรมไร้ปล่องไฟ"
เนื่องจากอุตสาหกรรมการท่องเที่ยวเป็นช่องทางที่ดีที่สุดในการสร้างรายได้จาก
ต่างประเทศ และที่สำคัญไม่ต้องใช้โรงงานผลิต จึงไม่ก่อให้เกิด มลพิษ
ในปัจจุบันอุตสาหกรรมการท่องเที่ยวมีการพัฒนาอย่างรวดเร็วเนื่องมาจากการ
พัฒนาคมนาคม โดยหลายๆประเทศกำลังลงทุนในอุตสาหกรรมการท่องเที่ยวที่นับว่า
มีมูลค่าเพิ่มสูงขึ้นนั่นเอง
การพัฒนาอุตสาหกรรมการท่องเที่ยวนั้น มีอิทธิพลต่ออุตสาหกรรมอื่นๆด้วยเช่นกัน
ไม่ว่าจะเป็น อุตสาหกรรมการส่งออก การแพทย์ เป็นต้น

▶▶ 추가하면 좋을 문장
산, 바다, 유적지와 같은 관광자원은 쉽게 파괴되기 때문에 신중하게 개발하고 보호해야 한다.

▷▷ 응용
관광산업이 국가 경제에 미치는 영향, 관광 산업의 장단점

อุตสาหกรรมไร้ปล่องไฟ 굴뚝 없는 산업	ก่อให้เกิด 초래하다
การพัฒนาคมนาคม 교통 발달	มูลค่าเพิ่มสูงขึ้น 높은 부가가치

3. 관광산업의 경제적 효과에 대해 설명하시오 〈2021 면접기출〉

관광산업은 국가에 큰 경제적 이익을 가져온다.

1. 관광산업은 외화를 벌어들이는 가장 좋은 방법이다. 그래서 우리는 〈관광은 눈에 보이지 않는 무역〉이라고 부른다.

2. 관광산업은 일자리를 창출한다. 가이드, 숙박업, 외식업 등 지역 주민들이 일자리를 가지게 되고 지역 경제를 발전시킨다.

3. 관광산업으로 한국의 이미지가 좋아지고, 이는 곧 한국 산업에 투자하는 외국인 투자자들에게 긍정적인 영향을 주며 수출 역시 활발해진다.

จงอธิบายถึงผลดีทางด้านเศรษฐกิจของอุตสาหกรรมการท่องเที่ยวเกาหลี

อุตสาหกรรมการท่องเที่ยวส่งผลดีต่อเศรษฐกิจของประเทศมากมาย ดังนี้

1. อุตสาหกรรมการท่องเที่ยวเป็นช่องทางที่ดีที่สุดในการสร้างรายได้จากต่างประเทศ เราจึงเปรียบเทียบได้ว่า "การท่องเที่ยวคือการค้าที่มองไม่เห็น" นั่นเอง

2. อุตสาหกรรมการท่องเที่ยวสร้างงานให้แก่ผู้คนในท้องถิ่น เช่น งานไกด์ ธุรกิจที่พัก ร้านอาหาร แล้วยังพัฒนาเศรษฐกิจในท้องถิ่นนั้นๆอีกด้วย

3. อุตสาหกรรมการท่องเที่ยวทำให้ภาพลักษณ์ของเกาหลีดีขึ้น ซึ่งถ้าภาพลักษณ์เกาหลีดีขึ้น นักลงทุนต่างชาติจากทั่วโลกก็จะเข้ามาลงทุน ในประเทศเกาหลีมากขึ้น ซึ่งจะส่งผลดีต่อการส่งออกของประเทศอีกด้วย

▶▶ 추가하면 좋을 문장

관광산업은 숙박, 음식, 교통, 패션, 의료산업 등 다른 산업의 발전에도 큰 영향을 준다

▷▷ 응용

관광산업의 긍정적 효과. 관광을 굴뚝 없는 산업이라고 부르는 이유는? 관광이 지역 경제에 주는 영향은?

จงอธิบายถึง ~대해 설명하시오	ส่งผลดีต่อเศรษฐกิจ 경제에 좋은 영향을 주다
ช่องทางที่ดีที่สุด 가장 좋은 방법	แล้วยัง 게다가, ~거니와

4. 4차 산업혁명이 관광산업에 주는 영향은 무엇인지 설명하시오

4차 산업혁명은 한국의 중요한 미래산업이다. 4차 산업혁명은 스마트 디바이스와 함께 인공지능, 가상 현실, 빅데이터, 사물 인터넷 등의 기술을 포함하고 있다. 4차 산업혁명은 미래의 관광산업에 많은 영향을 줄 것이다. 관광객은 관광지에 대한 정보를 쉽게 찾아볼 수 있고, 직접 가보지 않고도 관광을 체험할 수 있으며, FIT 여행이 보다 더 활발해질 것이다. 그러므로 관광객이 정확한 정보를 빠르고 편리하게 이용할 수 있도록 우리는 다양한 정보를 준비하고 업데이드해야 한다.

จงอธิบายข้อดีของการพัฒนาอุตสาหกรรม 4.0 ต่ออุตสาหกรรมการท่องเที่ยว

อุตสาหกรรม 4.0 เป็นอุตสาหกรรมที่สำคัญในอนาคตของเกาหลี

โดยอุตสาหกรรม 4.0 นั้น ได้แก่ เทคโนโลยี AI, VR, Big data และ IoT รวมถึง Smart device ต่างๆ

เราเชื่อว่าอุตสาหกรรม 4.0 นั้นจะมีอิทธิพลอย่างมากต่ออุตสาหกรรมการท่องเที่ยว

ในอนาคต เช่น นักท่องเที่ยวจะสามารถค้นหาข้อมูลทุกอย่างที่เกี่ยวกับ

แหล่งท่องเที่ยวได้อย่างง่ายดาย

และยังสามารถสัมผัสประสบการณ์การท่องเที่ยวได้โดยไม่จำเป็นต้องไปเยี่ยมชมจริง

อีกทั้งการท่องเที่ยวแบบ FIT ก็จะกลายเป็นที่นิยมมากขึ้นอีกด้วย

ทั้งนี้ เราต้องเตรียมพร้อมและอัพเดตข้อมูลต่างๆให้หลากหลาย

เพื่อที่นักท่องเที่ยวจะสามารถได้รับข้อมูลที่ถูกต้องแม่นยำและรวดเร็วนั่นเอง

▶▶ 추가하면 좋을 문장

미래에는 신기술이 융합되어 관광산업에도 새로운 부가가치 상품을 만들어낼 것이다.

훗날 여행사나 가이드의 역할이 줄어들 것이다.

▷▷ 응용

미래의 관광, FIT

อุตสาหกรรม 4.0 4차 산업혁명	ทุกอย่าง 각종, 모든것	เตรียมพร้อม 준비를 갖추다
อัพเดตข้อมูล 정보를 업데이트하다		แม่นยำ 정확하다, 틀림없다

5. 국제 스포츠 대회가 관광산업에 주는 영향은 무엇인가

국제 스포츠 대회는 한국을 홍보하는 효과적인 방법이다. 한국은 국제 스포츠 대회를 위한 훌륭한 시설과 서비스를 갖추고 있으며, 한국 정부는 국제 스포츠 대회를 유치하기 위해 다양한 지원과 홍보를 아끼지 않고 있다. 국제 스포츠 대회는 한국의 경제, 국가의 이미지 그리고 숙박업, 외식업, 관광업과 같은 다른 산업에도 좋은 영향을 준다.
1988년 서울 올림픽, 2002년 한일월드컵, 2018년 평창 동계올림픽과 같은 국제 스포츠 대회를 통해 많은 외국인이 한국에 대해 알게 되었고 관광을 위해 방문했다.

ข้อดีของการแข่งขันกีฬาระหว่างประเทศต่ออุตสาหกรรมการท่องเที่ยวมีอะไรบ้าง

การแข่งขันกีฬาระดับนานาชาตินับเป็นวิธีที่ดีในการประชาสัมพันธ์ประเทศเกาหลี
รัฐบาลเกาหลีจึงให้การสนับสนุนและส่งเสริมด้วยวิธีต่างๆ
เพื่อดึงดูดให้มีการจัดการแข่งขันกีฬาระดับนานาชาติขึ้นในประเทศเกาหลี
เราต่างทราบดีว่า ประเทศเกาหลีมีสิ่งอำนวยความสะดวกและบริการชั้นเยี่ยม
สำหรับการจัดการแข่งขันกีฬาระดับนานาชาติได้
ซึ่งการจัดการแข่งขันกีฬาระดับนานาชาติมีผลดีต่อเศรษฐกิจ ภาพลักษณ์ประเทศ
และอุตสาหกรรมต่างๆ ไม่ว่าจะเป็นอุตสาหกรรมด้านที่พัก อาหาร และการท่องเที่ยว
เป็นต้น
ตัวอย่างเช่น การแข่งขันกีฬาโอลิมปิกที่กรุงโซลในปี ค.ศ. 1988
การแข่งขันฟุตบอลโลกในปี ค.ศ. 2002 หรือ การแข่งขันโอลิมปิกฤดูหนาว 평창 ในปี
ค.ศ. 2018 เป็นต้น
การแข่งขันกีฬาระดับนานาชาติดังกล่าวทำให้ชาวต่างชาติจำนวนมากได้มารู้จัก
ประเทศเกาหลี และยังเดินทางมาท่องเที่ยวที่ประเทศเกาหลีอีกด้วย

▶▶ 추가하면 좋을 문장

행사 기간 동안 여러 국적의 선수들과 관광객이 오는 만큼 다양한 언어의 정보와 통역 지원 시스템을 등을 갖추어야 한다.

▷▷ 응용

MICE, 의료관광

평창올림픽이 관광산업에 미친 영향은?

การแข่งขันกีฬา 스포츠 대회	ระดับนานาชาติ 국제적	วิธีต่างๆ 다양한 방법
ฟุตบอลโลก 축구 월드컵	โอลิมปิกฤดูหนาว 동계 올림픽	

6. 통일이 관광산업에 가져올 긍정적 변화는 무엇인가

한국전쟁 이후 한국은 남한과 북한으로 분단되었고 70여 년 동안 단절되어 있었다.

남북한 모두는 통일을 염원하며, 한국전쟁 때 헤어진 가족과 다시 만나길 바라고 있다.

통일은 한국의 사회, 정치, 경제 등 여러 분야에 큰 영향을 줄 것이다.

특히 통일이 관광산업에 주는 영향은 다음과 같다.

1. 북한에 있는 새로운 관광지를 개발할 수 있다.

2. 기차를 이용해 북한과 중국을 거쳐 유럽까지 여행할 수 있다.

3. 한국의 국가 이미지가 좋아지고 외국인은 전쟁에 대한 걱정 없이 한국을 방문할 수 있다.

ผลดีที่จะเกิดขึ้นจากการรวมประเทศเกาหลีเหนือและเกาหลีใต้มีอะไรบ้าง

หลังสงครามเกาหลี ประเทศเกาหลีถูกแบ่งออกเป็นเกาหลีเหนือกับเกาหลีใต้

อีกทั้งยังถูกตัดขาดการติดต่อซึ่งกันและกันเป็นเวลานานกว่า 70 ปี

ทั้งชาวเกาหลีเหนือและเกาหลีใต้ต่างหวังว่าจะได้กลับมารวมประเทศกันอีกครั้ง

และยังคงหวังว่าจะได้พบกับครอบครัวที่แยกย้ายจากกันไปในช่วงสงครามเกาหลี

นั่นเอง ซึ่งการรวมประเทศเกาหลีเหนือเกาหลีใต้นั้นจะมีอิทธิพลอย่างมากต่อสังคม

การเมือง เศรษฐกิจ รวมถึงด้านอื่นๆอีกด้วย

โดยข้อดีต่ออุตสาหกรรมการท่องเที่ยว มีดังนี้

1. เราสามารถพัฒนาสถานที่ท่องเที่ยวใหม่ๆในเกาหลีเหนือได้

2. เราสามารถนั่งรถไฟไปยุโรปได้โดยใช้เส้นทางตัดผ่านเกาหลีเหนือกับจีน

3. ภาพลักษณ์ของประเทศเกาหลีจะดีขึ้น

อีกทั้งชาวต่างชาติยังสามารถมาเที่ยวเกาหลีได้โดยไม่ต้องกังวลเรื่องสงครามอีกด้วย

▶▶ 추가하면 좋을 문장

저는 관광가이드로서 하루빨리 남북이 통일되기를 바랍니다.

▷▷ 응용

한국전쟁, DMZ, 미래의 관광산업

การรวมประเทศ 통일	**แยกย้าย** 뿔뿔이 헤어지다	**กันและกัน** 서로
ตัดผ่าน 가로지르다	**ไม่ต้องกังวล** 걱정할 필요 없다	

7. 다양한 국적의 관광객을 유치하는 방법은 무엇인가 〈2021 면접기출〉

한국은 세계인이 방문하고 싶어하는 아시아의 주요 관광국가 중 하나이다. 하지만 그동안 일본인 관광객과 중국인 관광객을 위한 관광 서비스에만 집중되어 있었다.

우리는 보다 다양한 국적의 외국인이 한국을 방문하고, 그들이 편안하게 여행할 수 있도록 다음과 같은 준비를 해야 한다.

1. 다양한 외국의 문화를 이해하고 편의 시설을 마련해야 한다.

2. 다양한 언어를 지원하는 통역사와 가이드를 양성해야 한다.

3. 다양한 언어로 홍보 콘텐츠 (TV, SNS, 유튜브 등)를 만들어 한국을 알려야 한다.

วิธีดึงดูดนักท่องเที่ยวจากหลากหลายประเทศมีอะไรบ้าง

เกาหลีเป็นประเทศที่โด่งดังด้านการท่องเที่ยวที่สำคัญแห่งหนึ่งในเอเชีย

อย่างไรก็ตาม การบริการทางการท่องเที่ยวต่างๆนั้นยังคงเน้นไปที่นักท่องเที่ยว

ชาวญี่ปุ่นและชาวจีนเป็นส่วนใหญ่

เราจึงควรพยายามทำให้คนต่างชาติจากหลากหลายประเทศสามารถมาท่องเที่ยว

ที่เกาหลีได้อย่างสะดวกสบายมากขึ้น โดยวิธีการดังนี้

1. เราควรทำความเข้าใจกับวัฒนธรรมต่างชาติ

และต้องจัดทำสิ่งอำนวยความสะดวกต่างๆให้แก่นักท่องเที่ยว

2. เราควรผลิตล่ามและมัคคุเทศก์ที่สามารถพูดภาษาต่างๆได้เป็นอย่างดี

3. เราควรจัดทำเนื้อหาประชาสัมพันธ์ในภาษาต่างๆเพื่อโปรโมทประเทศเกาหลี

ผ่านทางสื่อต่างๆ เช่น โทรทัศน์ โซเชียล(SNS) วิดีโอYouTube ฯลฯ

▶▶ 추가하면 좋을 문장

최근 한국관광공사의 유튜브 채널 〈Imagine your Korea〉가 외국인에게 큰 인기를 얻고 있다.

▷▷ 응용

한국 관광의 장점과 단점, 의료관광

เน้นไปที่ ~에 중점을 두다	โดยวิธีการดังนี้ 다음과 같은 방법으로
มัคคุเทศก์ 여행 가이드	สื่อต่างๆ 각종 매체

8. 한국 관광의 문제점과 해결 방안은 무엇인가

외국인 관광객이 느끼는 한국 관광의 불편함과 문제점은 여러 가지가 있으며 대표적으로 다음과 같다.

1. 한국인과 외국어 의사소통에서 불편함을 느낀다.

2. 한국의 주요 관광지는 서울, 부산 등 대도시에만 집중되어 있다.

3. 외국인 관광객은 쇼핑할 때나 택시를 이용할 때 바가지를 쓰기 쉽다.

우리는 외국인이 느끼는 불편함을 다음과 같이 개선해야 한다.

1. 외국어 안내판을 더 많이 설치하고 모바일 어플리케이션, 핫라인 서비스 1330과 같은 다양한 통역 지원 서비스를 제공해야한다.

2. 지방 관광지를 홍보하고 다양한 투어 프로그램을 만들어야 한다. 외국인 관광객이 지방 관광지에 쉽게 방문할 수 있도록 대중교통을 서비스를 개선해야 한다.

3. 상점과 택시가 바가지 요금을 강요하지 못하도록 단속해야 한다. 상점은 가격 정찰제를 시행하고 택시기사는 항상 관광객에게 영수증을 발급해야 한다.

การท่องเที่ยวในประเทศเกาหลีมีปัญหาอะไรบ้าง แล้วต้องแก้ไขปัญหาเหล่านี้อย่างไร

ปัญหาและความไม่สะดวกที่ชาวต่างชาติรู้สึกเกี่ยวกับการท่องเที่ยวเกาหลีนั้นมี มากมาย เช่น

1. ชาวต่างชาติรู้สึกอึดอัดที่จะต้องสื่อสารกับคนเกาหลี

2. แหล่งท่องเที่ยวของเกาหลีกระจุกตัวอยู่เฉพาะในเมืองใหญ่ๆ เช่น โซลและปูซาน เท่านั้น

3. ชาวต่างชาติมักจะโดนโกงเวลาซื้อของหรือใช้บริการแท็กซี่

เราควรแก้ปัญหาดังกล่าว ดังนี้

1. จัดทำป้ายภาษาต่างประเทศเพิ่มเติมและจัดเตรียมบริการล่ามที่หลากหลาย

ผ่านทางแอปพลิเคชั่นมือถือหรือบริการสายด่วน 1330

เพื่อที่นักท่องเที่ยวจะได้ใช้งานได้ง่ายและสะดวก

2. ประชาสัมพันธ์และจัดโปรแกรมทัวร์ที่หลากหลายในแหล่งท่องเที่ยวท้องถิ่น

ซึ่งเราจะต้องพัฒนารถโดยสารสาธารณะให้ดียิ่งขึ้น

เพื่อที่นักท่องเที่ยวจะได้สามารถเดินทางไปได้อย่างสะดวกมากขึ้นนั่นเอง

3. เราต้องปราบปรามร้านค้าและแท็กซี่ที่ชอบโกงนักท่องเที่ยว เช่น

บังคับให้ร้านค้าใช้ระบบราคาตายตัว หรือบังคับคนขับรถแท็กซี่ให้ออกใบเสร็จ

ให้แก่นักท่องเที่ยวทุกครั้ง เป็นต้น

▶▶ 추가하면 좋을 문장
그 밖에도 다양한 외국의 문화를 이해하고 여행에 불편함이 없도록 편의 시설을 갖추어야 한다.

▷▷ 응용
한국 관광의 장단점, 다양한 국적의 외국인 관광객을 유치하는 방법, 지방 관광의 활성화 방안

ป้ายภาษาต่างประเทศ 외국어 간판   แอปพลิเคชั่นมือถือ 모바일 어플리케이션

รถโดยสารสาธารณะ 대중교통수단   ราคาตายตัว 가격 정찰제

9. Covid-19 팬데믹은 관광산업에 어떤 영향을 주었는가

2019년에 발생한 Covid-19 신종 코로나바이러스는 관광산업에 큰 충격을 주었다.

Covid-19는 강한 전염병이기 때문에 해외여행이 금지되고 자가격리와 엄격한 검역이 필요하게 되었다. 결국 2020-22년 대부분의 관광지와 여행사는 문을 닫았고 경제는 나빠졌다.

그러나 치료제와 백신의 개발로 조금씩 관광이 가능해지고 많은 관광객이 다시 한국에 오고 싶어한다.

안전한 여행을 위해 관광객과 가이드는 개인 위생을 철저히 하고 방역 수칙을 잘 지켜야 한다.

ผลกระทบจาก Covid-19 ต่ออุตสาหกรรมการท่องเที่ยวมีอะไรบ้าง

Covid-19 ไวรัสสายพันธุ์ใหม่ที่เกิดขึ้นในปี ค.ศ. 2019

ส่งผลกระทบอย่างรุนแรงต่ออุตสาหกรรมการท่องเที่ยว

เนื่องจาก Covid-19 เป็นโรคติดต่อที่รุนแรง การเดินทางไปต่างประเทศจึงถูกระงับ

อีกทั้งยังต้องกักตัวและกักกันกันอย่างเข้มงวดอีกด้วย

ดังนั้น ในปี ค.ศ. 2020-2021 สถานที่ท่องเที่ยวและบริษัททัวร์หลายแห่ง

จึงต้องปิดตัวลง อีกทั้งเศรษฐกิจก็ซบเซาเป็นอย่างมาก

แต่อย่างไรก็ตาม เนื่องมาจากการคิดค้นวัคซีนและการพัฒนาการรักษาต่างๆ

การท่องเที่ยวก็ค่อยๆกลับมาฟื้นตัวอีกครั้ง

และแน่นอนว่านักท่องเที่ยวหลายๆคนก็ยังคงอยากมาเที่ยวเกาหลีอีกครั้งนั่นเอง

เพื่อความปลอดภัยในการเดินทาง นักท่องเที่ยวและไกด์จะต้องดูแลสุขอนามัยให้ดี

และปฏิบัติตามมาตรการป้องกันโรคอย่างเคร่งครัด

▶▶ 추가하면 좋을 문장

앞으로 한국을 다시 찾아올 외국인 관광객을 위해 편의 시설과 서비스를 미리 준비해야 한다.

▷▷ 응용

미래의 관광산업, 관광객이 코로나바이러스 감염으로 의심되면?

Covid-19 ไวรัสสายพันธุ์ใหม่ 신종 코로나바이러스	ถูกระงับ 중단되다	เข้มงวด 엄격하다
วัคซีน 백신	ฟื้นตัว 호전되다	สุขอนามัย 위생

▶▶ 추가하면 좋을 문장 을 작문해보세요.

Part.6

가이드의 자질 및 지원동기

마지막으로 가이드의 자질 및 지원 동기입니다.
관광 가이드가 중요한 이유, 좋은 가이드가 되기 위
해 어떤 준비를 해야 하는지, 가이드가 갖춰야 할
자세 등을 묻습니다. 크게 보면 질문은 달라도 대답
의 내용은 비슷합니다. 자신 있는 문장을 외우고
다양한 질문에 추가 및 응용하세요.

출제 빈도가 높은 편이며 나만의 개성 있는 지원동
기도 함께 준비해야 합니다.

1. 관광가이드를 민간 외교관이라고 부르는 이유는 무엇인가

가이드는 관광객이 한국에 머무는 동안 가장 가까이 있는 한국인입니다.

가이드는 한국의 역사와 문화를 올바르게 설명할 의무가 있으며 관광객에게 문제가 생기면 즉시 도움을 주어야 합니다. 가이드는 한국인을 대표하는 사람이기 때문에 우리는 가이드를 민간 외교관 (문화대사)이라고 부릅니다.

가이드와 관광하는 동안 관광객이 만족하고 즐거우면 한국의 이미지는 좋아질 것이고 관광객은 훗날 한국을 다시 방문할 것입니다.

ทำไมไกด์ถึงถูกเรียกว่าเป็นทูตทางวัฒนธรรม

ไกด์นำเที่ยวนับเป็นคนเกาหลีที่ใกล้ชิดกับลูกทัวร์ต่างชาติในระหว่างเดินทางมากที่สุด
โดยไกด์มีหน้าที่อธิบายประวัติศาสตร์และวัฒนธรรมเกาหลีอย่างถูกต้องเหมาะสมให้
ลูกทัวร์ฟัง อีกทั้งยังมีหน้าที่คอยช่วยเหลือลูกทัวร์เมื่อมีปัญหา
เนื่องจากไกด์นำเที่ยวเป็นตัวแทนของชาวเกาหลี เราจึงเรียกไกด์นำเที่ยวว่า
ทูตทางวัฒนธรรม
ซึ่งถ้าหากลูกทัวร์พอใจไกด์และมีความสุขกับการเดินทาง
ภาพลักษณ์ของเกาหลีก็จะดีขึ้นตามไปด้วย และลูกทัวร์ก็จะมาเที่ยวเกาหลีอีก
ในอนาคต

นับเป็น ~로 여기다, ~로 간주하다   หน้าที่ 의무, 임무   ทูตทางวัฒนธรรม 문화 대사

ภาพลักษณ์ของเกาหลี 한국의 이미지   ในอนาคต 훗날

2. 관광통역안내사 자격증이 필요한 이유는 무엇인가

현재 관광통역안내사가 자격증을 따려면 외국어 언어시험, 관광 관련 4과목 시험 그리고 면접시험을 합격해야 합니다. 또한 가이드는 한국의 역사, 문화 그리고 관광지를 설명하기 위해 다양한 지식과 올바른 가치관을 가지고 있어야 합니다. 그래서 관광통역안내사 자격증은 반드시 필요하며 무자격 가이드는 근절되어야 합니다.

ทำไมจึงต้องมีใบอนุญาตในการเป็นมัคคุเทศก์

ในปัจจุบัน ถ้าเราอยากได้ใบอนุญาตในการเป็นมัคคุเทศก์

เราจะต้องผ่านการทดสอบภาษาต่างประเทศ

การทดสอบสี่วิชาที่เกี่ยวข้องกับการท่องเที่ยว และการสอบสัมภาษณ์

ซึ่งเราจะต้องมีความรู้และมีความคิดความอ่านที่ถูกต้องเหมาะสม

เพื่อที่เราจะสามารถอธิบายประวัติศาสตร์ วัฒนธรรม

และสถานที่ท่องเที่ยวของประเทศเกาหลีได้

ดังนั้น ใบอนุญาตในการเป็นมัคคุเทศก์จึงมีความสำคัญมาก

ทั้งนี้ ไกด์ที่ไม่มีใบอนุญาตควรจะถูกปราบปรามให้หมดไป

วิชา 과목　　การสอบสัมภาษณ์ 면접시험	ถูกต้องเหมาะสม 올바르다
ใบอนุญาตในการเป็นมัคคุเทศก์ 가이드 자격증	ปราบปราม 단속하다

3. 가이드가 겪는 어려움은 무엇이며 어떤 준비를 할 것인가 〈2021 기출〉

가이드로서 어려운 점은 관광객과 다른 언어의 차이, 문화의 차이 그리고 체력입니다.

첫번째, 외국인 관광객과 원활한 의사소통을 위해서 외국어를 공부해야 합니다.
관광지에 대해 외국어로 설명할 수 있어야 하고 올바른 언어로 관광객과 오해가 생기지 않도록 해야
합니다. 그래서 가이드는 꾸준히 언어공부를 해야 합니나.

두번째, 가이드는 나라마다 다른 문화의 차이를 미리 조사하고 관광객의 생각과 행동을 이해해야 합
니다. 예를 들어 무슬림 관광객을 위해 기도할 시간과 장소, 그리고 할랄음식을 준비해야 합니다.

세번째, 가이드에게 건강은 필수입니다. 가이드는 관광객보다 일찍 일어나고, 늦게 잠들고, 더 많이
걸어야 합니다. 건강한 가이드는 활력 있게 보이고 여행을 즐겁게 만듭니다. 그래서 가이드는 평소에
운동을 꾸준히 해야 합니다.

ความยากลำบากในการเป็นไกด์นำเที่ยวคืออะไรบ้าง แล้วมีวิธีรับมืออย่างไรบ้าง

ความยากลำบากในการเป็นไกด์นำเที่ยวน่าจะเป็นเรื่องความแตกต่างทางภาษา
และวัฒนธรรมกับลูกทัวร์ และเรื่องสภาพร่างกาย

อันดับแรก
ไกด์ต้องศึกษาภาษาต่างประเทศเพื่อที่จะสามารถสื่อสารกับลูกทัวร์ชาวต่างชาติได้
อีกทั้งยังต้องสามารถอธิบายเกี่ยวกับสถานที่ท่องเที่ยวในภาษาต่างประเทศได้
อย่างถูกต้องและเหมาะสม ลูกทัวร์จะได้ไม่เข้าใจผิด
ดังนั้นไกด์จึงควรศึกษาภาษาต่างประเทศอย่างสม่ำเสมอ

อย่างที่สอง

ไกด์ควรศึกษาเกี่ยวกับความแตกต่างทางวัฒนธรรมในแต่ละประเทศล่วงหน้า

และทำความเข้าใจกับความคิดและการกระทำของลูกทัวร์ชาวต่างชาติ ตัวอย่างเช่น

ไกด์ควรเตรียมเวลากับสถานที่ละหมาดและอาหารฮาลาลไว้

ให้นักท่องเที่ยวชาวมุสลิม เป็นต้น

อย่างสุดท้าย ไกด์จำเป็นต้องมีสุขภาพที่ดี

เพราะไกด์ต้องตื่นเช้า นอนดึก และเดินมากกว่าลูกทัวร์เสมอ

ซึ่งไกด์ที่มีสุขภาพดีจะดูสดชื่น และทำให้การเดินทางสนุกสนานขึ้นอีกด้วย

ดังนั้นไกด์จึงต้องออกกำลังกายอย่างสม่ำเสมอ

ยากลำบาก 곤란하다	ความแตกต่าง 차이	สื่อสาร 소통하다
เข้าใจผิด 오해하다	ละหมาด 종교의식	สุขภาพ 건강
ดูสดชื่น 활기차 보이다	ออกกำลังกาย 운동하다	อย่างสม่ำเสมอ 꾸준히

4. 좋은 가이드의 자질은 무엇인가

1. 가이드는 한국에 대한 다양한 지식을 가지고 있어야 합니다. 특히 한국의 역사와 관광지에 대해 관광객에게 정확한 사실을 전달해야 합니다.

2. 가이드는 시간관리를 잘 해야 합니다. 투어가 문제없이 진행되도록 관광일정과 교통상황을 항상 확인해야 합니다.

3. 가이드는 친절해야 합니다. 가이드의 이미지는 곧 한국의 이미지입니다. 가이드가 친절하면 관광객은 즐거운 마음으로 여행하고 좋은 추억을 가질 것입니다.

คุณสมบัติของไกด์ที่ดีคืออะไร

1. เราต้องมีความรู้เกี่ยวกับประเทศเกาหลีมากๆ โดยเฉพาะอย่างยิ่ง
เราต้องสามารถเล่าประวัติศาสตร์และอธิบายเกี่ยวกับสถานที่ท่องเที่ยวของเกาหลี
ให้ลูกทัวร์ทราบได้อย่างชัดเจน

2. เพื่อให้ทัวร์ดำเนินไปได้อย่างราบรื่น เราต้องรักษาเวลาให้ดี ต้องตรวจเช็ค
ตารางเวลาและสภาพการจราจรอยู่เสมอ

3. เราต้องเป็นมิตรและใจดีกับลูกทัวร์
เนื่องจากภาพลักษณ์ของไกด์ก็คือภาพลักษณ์ของประเทศเกาหลี ถ้าไกด์เป็นมิตร
ลูกทัวร์ก็จะเดินทางอย่างมีความสุขและมีความทรงจำที่ดี

คุณสมบัติ 자격, 자질	**การจราจร** 교통	**อย่างราบรื่น** 원활하게
เป็นมิตร 친근하다	**ความทรงจำ** 추억	

222

5. 관광통역안내사가 되고 싶은 이유는 무엇이고 어떤 가이드가 되고 싶은가?

ทำไมถึงอยากเป็นไกด์นำเที่ยว และคุณอยากเป็นไกด์แบบไหน

〈개성 있는 자신만의 스토리를 담으세요〉

Part. 1~6 태국어 지문 중 자주 나왔던 문장과 단어를 정리해보세요.

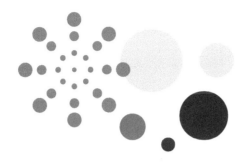

Part.7

실 전 대 비

면접장에서 준비한 대답을 하기에 앞서 질문의 요지를 잘 파악해야 합니다. 보통 태국어 문제는 단순한 질문보다 간단한 설명 후에 문제를 던지는 경우가 많습니다. 질문을 알아듣지 못했을 때 당황하지 말고 정중하게 다시 요청해야 합니다. 시험 전에 모의면접 예제를 충분히 연습하고 잘 들리는 단어들로 면접관의 질문을 유추하는 것도 요령입니다.

면접장에서 단정하고 바른 인상을 주는 것도 예비관광통역안내사의 자세라고 할 수 있습니다.

❖ 태국어 질문유형 및 면접 돌발상황

면접시험을 준비하면서 가장 걱정했던 상황은 '질문을 못 알아들으면 어쩌지?' 였습니다.
코로나 방역지침 때문에 마스크와 아크릴판이 있는 경우에는 더 안 들릴 수밖에 없고 긴장되는 상황에서는 잘
들리던 태국어도 안 들리기 마련입니다. 그럴 땐 당황하지 말고 한 번 더 정중하게 질문을 부탁해야 합니다.
이렇게 예상하지 못한 돌발 상황에 쓸 수 있는 문장도 미리 연습해 두는 것이 좋습니다.

〈태국어 질문유형〉

　1. SIT의 의미는 무엇입니까?

> **태국어1** SIT มีความหมายว่าอะไร
>
> **태국어2** SIT หมายถึงอะไร

　2. 한식에 대해 설명해보세요.

> **태국어1** จงอธิบายเกี่ยวกับอาหารเกาหลี
>
> **태국어2** ไหนลองอธิบายเกี่ยวกับอาหารเกาหลีให้ฟังหน่อยค่ะ/ครับ

　3. 템플스테이는 무엇이며 외국인에게 어떻게 설명하겠습니까?

> **태국어1** Temple stay คืออะไรและคุณจะอธิบายเกี่ยวกับ Temple stay
> ให้ชาวต่างชาติฟังว่าอย่างไร
>
> **태국어2** Temple stay หมายถึงอะไร ถ้าคุณต้องอธิบายเกี่ยวกับ Temple stay
> ให้ชาวต่างชาติฟัง คุณจะอธิบายว่าอย่างไรบ้าง

4. 지방관광의 활성화 방안에 대한 의견을 말해보세요.

태국어1

คุณคิดว่าเราสามารถทำให้การท่องเที่ยวในท้องถิ่นเป็นที่นิยมขึ้นได้อย่างไรบ้าง

태국어2

คุณมีวิธีในการทำให้การท่องเที่ยวในท้องถิ่นเป็นที่นิยมขึ้นได้อย่างไรบ้าง

---

5. 관광객이 벌에 쏘이면 어떻게 대처할건가요?

태국어1 ถ้านักท่องเที่ยว/ลูกทัวร์โดนผึ้งต่อย คุณจะทำอย่างไร

태국어2 คุณจะทำอย่างไรหากนักท่องเที่ยว/ลูกทัวร์ถูกผึ้งต่อย

---

6. 개인 시간을 요구하는 관광객을 어떻게 설득하겠습니까?

태국어1 ถ้ามีลูกทัวร์ไม่ยอมร่วมทัวร์และขอเวลาส่วนตัว

คุณมีวิธีโน้มน้าวลูกทัวร์อย่างไรบ้าง

태국어2 คุณมีวิธีโน้มน้าวลูกทัวร์อย่างไรหากมีลูกทัวร์ไม่ยอมร่วมทัวร์

และขอเวลาส่วนตัว

---

7. 다크투어리즘의 의미는 무엇이며 다크투어리즘 관광지 2곳을 추천해보세요.

태국어1 Dark tourism คืออะไร มีสถานที่ท่องเที่ยวใดบ้างที่จัดเป็น

Dark tourism ลองยกตัวอย่างมา 2 สถานที่

태국어2 Dark tourism หมายถึงอะไร ลองแนะนำสถานที่ท่องเที่ยวที่เป็น

Dark tourism มา 2 สถานที่

〈면접 돌발상황〉

1. 질문이 잘 들리지 않았습니다. 조금 더 크게 말씀해 주세요.

태국어1 ได้ยินไม่ค่อยชัดเลยค่ะ/ครับ
รบกวนช่วยพูดดังขึ้นอีกหน่อยนะคะ/นะครับ
태국어2 ได้ยินไม่ค่อยชัดเลยค่ะ รบกวนช่วยพูดดังๆขึ้นอีกนิดได้ไหมคะ/ครับ

2. 질문을 잘 이해하지 못했습니다. 다시 한번 천천히 말씀해 주세요.

태국어1 ไม่ค่อยเข้าใจคำถามเลยค่ะ/ครับ
รบกวนช่วยพูดช้าๆอีกทีได้ไหมคะ/ครับ
태국어2 ยังไม่ค่อยเข้าใจคำถามเท่าไหร่เลยค่ะ/ครับ
กรุณาช่วยพูดช้าๆอีกสักครั้งได้ไหมคะ/ครับ

3. 너무 긴장해서 잘못 말했습니다. 다시 한번 대답할 수 있게 부탁드립니다.

태국어1 ตื่นเต้นก็เลยพูดตะกุกตะกักน่ะค่ะ/น่ะครับ
ขออนุญาตพูดใหม่อีกครั้งนะคะ/นะครับ
태국어2 พอดีตื่นเต้นก็เลยพูดไม่ค่อยรู้เรื่องน่ะค่ะ/น่ะครับ
ขออนุญาตพูดใหม่อีกครั้งนะคะ/นะครับ

4. 생각할 시간을 조금만 주십시오.

> **태국어1** ขอเวลาคิดสักครู่นะคะ/นะครับ
>
> **태국어2** ขออนุญาตคิดสักครู่นะคะ/นะครับ

5. 죄송합니다. 대답을 준비하지 못했습니다. 다시 공부하도록 하겠습니다. 다른 질문으로 부탁드려
    도 될까요?

> **태국어1** ขอโทษค่ะ/ครับ พอดีไม่ได้เตรียมตัวตอบคำถามนี้มา
>
> เดี๋ยวจะไปศึกษาเพิ่มเติมนะคะ/นะครับ
>
> ขออนุญาตเปลี่ยนคำถามได้ไหมคะ/ครับ
>
> **태국어2** ขอโทษนะคะ/นะครับ พอดีไม่สามารถตอบคำถามข้อนี้ได้ค่ะ/ครับ
>
> เดี๋ยวจะไปศึกษาเพิ่มเติมนะคะ/นะครับ
>
> ถ้าขออนุญาตเปลี่ยนคำถามจะได้ไหมคะ/ครับ

6. 감사합니다. 더 열심히 공부하겠습니다.

> **태국어1** ขอบคุณมากค่ะ/ครับ
>
> ดิฉัน/ผมจะตั้งใจศึกษาหาข้อมูลเพิ่มเติมให้มากกว่านี้ค่ะ/ครับ
>
> **태국어2** ขอบคุณมากค่ะ/ครับ
>
> ดิฉัน/ผมจะตั้งใจศึกษาค้นคว้าข้อมูลให้มากกว่านี้ค่ะ/ครับ

❖ 기출예상문제 〈2021년 태국어면접 기출 포함〉

2016~2021년 전체 언어권 면접 기출 및 기출 예상문제 100제입니다.

기출문제로 연습하는 모의면접은 실전에 많은 도움이 됩니다.

특히, 2021년 관광통역안내사 태국어 면접1,2,3,4교시에 출제된 문제는 하단에 정리했습니다.

1. 관광객이 벌에 쏘이거나 뱀에게 물리면 어떻게 대처하겠는가?

2. 관광객이 소매치기를 당하면 어떻게 도울 것인가?

3. 관광도중 교통사고가 나면 어떻게 대처할 것인가?

4. 관광객이 내가 모르는 것에 대해 질문을 한다면 어떻게 할 것인가?

5. 관광객이 베지테리안이라면 어떤 한국음식을 추천할 것인가? 2가지 이상 말해보시오

6. 관광객이 단체투어를 거부하거나 개인시간을 요구하면 어떻게 할 것인가?

7. 관광객끼리 다툼이 발생하면 어떻게 대처할 것인가?

8. 관광객이 한국의 역사를 폄하하거나 잘못 알고 있다면 어떻게 말하겠는가?

9. 관광객이 음식, 호텔, 일정 등에 대해 불평을 한다면 어떻게 할것인가?

10. 관광객이 택시에서 승차거부나 바가지요금을 강요당했을 때 어떻게 돕겠는가?

11. 관광객이 한국음식이 입에 맞지 않는다고 불평하면 어떻게 할것인가?

12. 투어 도중 갑자기 비가 내리면 어떻게 대처 할것인가?

13. 무자격가이드에 대한 의견을 말해보시오

14. 관광가이드를 민간외교관이라고 하는 이유는?

15. 비행기가 연착이나 지연이 되었을 때 어떻게 대처할 것인가?

16. 공연장에서 화재가 났을 때 어떻게 대처하겠는가?

17. 호텔에 예약이 안되어 있거나 방이 없다면 어떻게 해결할 것인가?

18. 공항에서 시내로 가는 버스에서 무슨 말을 할 것인가?

19. 외국인이 한국을 방문해야 하는 이유 또는 한국관광의 특징을 말해보시오

20. 유교와 삼강오륜에 대해 설명하시오

21. 한국의 화폐에 대해 설명하고 어떤 인물이 있는가?

22. 한국과 태국문화의 차이에 대해 설명하시오

23. 우리나라 불교와 유교의 차이점에 대해 설명하시오

24. 탈춤에 대해 설명하고 한국의 대표적인 탈춤은 무엇인가?

25. 제주도에 대해 설명하고 관광지를 추천하시오

26. 백제와 신라의 문화적 차이에 대해 설명하시오

27. 경주의 역사에 대해 설명하고 관광지를 추천하시오

28. 국립중앙박물관에 대해 설명하고 대표적인 유물을 소개하시오

29. 김치와 김장문화에 대해 설명하시오

30. 판소리에 대해 설명하시오

31. 다양한 민속놀이를 체험할 수 있는 관광지는?

32. 다크투어리즘에 대해 설명하고 대표적인 관광지는 어디인가?

33. SIT 관광은 무엇이며 예를 들어보시오

34. FIT와 패키지투어를 비교하시오

35. 북촌한옥마을과 남산골 한옥마을의 차이는 무엇인가?

36. 남대문과 동대문의 차이는 무엇인가?

37. 아리랑에 대해 설명하시오

38. 독도에 대해 설명하고 한국영토인 이유는?

39. 우리나라 유네스코 자연유산으로 지정된 곳 모두 말해보시오

40. 가장 최근 유네스코 세계유산으로 지정된 곳에 대해 설명하시오

41. 서울 5대궁을 설명하고 유네스코 문화유산으로 지정된 궁은? 그 이유는?

42. 오버투어리즘에 대해 설명하고 해결방안은?

43. 한국관광의 별에 대해 설명하고 최근 어느 곳이 선정되었는가?

44. 대표적인 한국의 축제는 무엇이며 계절별 추천할 축제는?

45. 서울에 나이트투어 추천지는?

46. 한국의 전통한복에 대해 설명하시오

47. 종묘와 종묘제례악에 대해 설명하시오

48. 한양도성과 4대문에 대해 설명하시오

49. 슬로우시티란 무엇이며 한국의 슬로시티 중 2곳에 대해 설명하시오

50. 에코투어리즘은 무엇이며 지속가능한 관광을 위한 방안은 무엇인가?

51. 산업관광/기업관광은 무엇이며 가이드의 역할은 무엇인가?

52. 노쇼와 고쇼의 차이는 무엇인가?

53. 스탑오버란 무엇이며 어떤 경제적 이익이 있는가?

54. LCC에 대해 설명하고 LCC가 관광에 미친 영향은?

55. IT기술과 4차 산업혁명이 관광에 주는 영향은 무엇이며 미래의 관광은 어떻게 변할것인가?

56. 인센티브투어란 무엇인가?

57. 영상관광은 무엇이며 한류를 좋아하는 외국인에게 추천하는 영화 촬영지는?

58. 의료관광은 왜 경제적 수익이 높은가?

59. MICE 와 PCO에 대해 설명하고 관광과 연관성에 대해 설명하시오

60. 한류문화란 무엇이며 한류의 세계화 방안은 무엇인가?
61. 한국을 대표하는 문화 콘텐츠를 추천하시오
62. 한국의 전통술을 소개하고 세계화 방안을 말해보시오
63. 한식에 대해 설명하고 세계화 방안을 말해보시오
64. 사물놀이에 대해 설명하시오
65. 한국의 큰 명절인 설날과 추석에 대해 설명하시오
66. 사전면세점과 사후면세점의 차이는?
67. 여권과 비자에 대해 설명하시오
68. 인바운드 관광과 아웃바운드 관광의 차이점은?
69. 여행사가 하는 일은 무엇인가?
70. 관광은 '굴뚝 없는 산업' 또는 '보이지 않는 무역'이라고 하는 이유는?
71. 평창올림픽과 같은 국제 스포츠 대회가 관광에 미친 영향은 무엇인가?
72. 관광두레에 대해 설명하시오
73. 1330과 관광경찰에 대해 설명하시오
74. 한국의 유네스코 문화유산은 어떤 것들이 있으며 하나를 소개하시오
75. 유네스코 세계유산에 등재되면 어떤 어떤 효과를 가져오는가?
76. 수원화성에 대해 설명하시오
77. 한국의 역사를 간략하게 설명해보시오
78. 서울에 대해 설명하고 대표적인 관광지를 추천하시오
79. 조선왕조실록에 대해 설명하고 왜 중요한가?
80. 팔만대장경과 보관되어 있는 곳에 대해 설명하시오
81. 불국사와 석굴암에 대해 설명하시오
82. 불교의 사천왕에 대해 설명하시오
83. 전주한옥마을에 대해 설명하시오
84. 부산에 대해 설명하고 추천하는 관광지는 어디인가?
85. 조선왕릉의 수와 위치, 특징에 대해 설명하시오
86. 한국의 인삼에 대해 설명하시오
87. 경복궁에 대해 설명하고 주요건물은 무엇인가?
88. 하회마을에 대해 설명하시오
89. 한국의 서원이 유네스코 세계문화유산으로 지정된 이유는?
90. 한글 우수성을 외국인에게 어떻게 설명할 것인가?
91. 한옥에 대해 설명하고 한옥이 많은 관광지를 추천하시오
92. 외국인 관광객이 한국 기념품을 사려고 할 때 어떤 것을, 어디서 사도록 추천하겠는가?

93. 할랄푸드란 무엇이며 무슬림 관광객을 위해 어떤 음식을 준비해야 하는가?

94. 코리아그랜드세일에 대해 설명하시오

95. 지방관광 활성화 방안에는 어떤 것들이 있는가?

96. 통일이 관광에 주는 영향에 대해 설명하시오

97. 외국인에게 한국영화 하나를 추천한다면?

98. 역사적인 인물 중 가장 존경하는 인물은 누구인가?

99. 코로나 이후에 관광의 변화와 관광객 유치방안은 무엇인가?

100. 코로나 증상이 의심되는 관광객이 있다면 어떻게 대처할 것인가?

〈2021 태국어 관광통역안내사 면접 기출 문제〉

실제 수험생의 후기를 정리하였습니다. 단, 같은 시간대라도 수험생마다 받은 문제는 조금씩 다를 수 있습니다. 기출문제는 한국어/태국어 구분하지 않았습니다. 보통 한 문제는 한국어로 질문하고 한국어로 대답하며 두 문제는 태국어로 질문하고 태국어로 대답합니다.

1교시

미국, 유럽의 관광객을 한국으로 이끌어 올 수 있는 방법은?

한국은 분단국가이다. 남북의 상황을 어떻게 설명하겠는가?

의료관광은 무엇이고 의료관광을 온 관광객에게 어디를 추천하겠는가?

2교시

가이드로서 투어의 어려운 점은 무엇이고 어떤 준비를 해왔는가?

템플스테이에 대해 설명하시오

쇼핑 중 관광객에게 발생할 수 있는 문제들은 어떤 것들이 있으며, 어떻게 도와줄 것인가?

3교시

관광산업의 발전이 국가 경제에 미치는 영향은?

우리나라 유네스코 인류무형문화유산 다섯가지를 설명하시오

방문한 관광지가 임시 휴일일 경우 어떻게 대처할 것인가?

4교시

어떻게 관광객을 더 유치할 수 있는가? 어떤 마케팅을 할 것인가?

우리나라에 처음으로 지정된 국립공원과 마지막으로 지정된 국립공원은? 국립공원의 개수는?

관광객이 바가지요금을 강요당했을 때 어떻게 할 것인가?

❖ 관광통역안내사 2차 면접 TIP!!

✓ 정장 또는 세미정장으로 단정한 복장을 갖추도록 합니다. 깔끔한 첫인상은 59점이 60점이 되는 마법이 될 수도 있습니다. (신분을 나타내는 교복 및 제복 착용금지)

✓ 노크하고 입실하며 정중하게 인사하고 수험번호를 말합니다. (이름 및 신분 노출 금지)

✓ 바른 자세로 앉고 대답할 땐 면접관의 눈, 얼굴을 보면서 말합니다.

✓ 크고 자신감 있는 성조와 목소리로 상대방이 잘 이해하고 들을 수 있게 대답합니다. 말하는 중간중간 면접관의 리액션을 살핍니다.

✓ 마스크를 착용하고 말하면 목소리가 작게 들리거나 금방 숨이 찹니다. 너무 빠르지 않게 호흡을 조절합니다.

✓ 질문 하나당 대답은 1분 30초 내외가 적당합니다. 준비한 대답이 너무 짧으면 질문의 수가 늘어나거나 꼬리 질문을 받을 수 있습니다.

✓ 질문이 잘 들리지 않거나 모르는 문제라면 당황하지 말고 미리 연습해둔 태국어로 정중하게 다시 요청합니다.

✓ 면접이 끝나면 감사 인사를 하고 나오면 됩니다. 간혹 실수를 만회하기 위해 이런저런 다짐들을 길게 말하는 수험생도 있습니다. 모두 득이 되는 것은 아니므로 상황과 분위기에 따라 신중하게 선택해야 합니다.

열심히 1년을 준비한 시험입니다. 태국어 관광통역안내사에 도전하는 여러분 모두의 합격을 진심으로 기원합니다.

สู้ๆนะคะ

태국어 관광통역안내사 면접대비 핵심지문 178

초판 1쇄 발행_ 2022년 4월 29일

지은이_ 오지연 · PATTAMON PRACHSILP

펴낸이_ 김동명

펴낸곳_ 도서출판 창조와 지식

인쇄처_ (주)북모아

출판등록번호_ 제2018-000027호

주소_ 서울특별시 강북구 덕릉로 144

전화_ 1644-1814

팩스_ 02-2275-8577

ISBN 979-11-6003-451-6

정가_16,000원

지식의 가치를 창조하는 도서출판 **창조와 지식**
www.mybookmake.com